YẾU LƯỢC CÁC GIAI ĐOẠN TRÊN ĐƯỜNG TU GIÁC NGỘ

YẾU LƯỢC CÁC GIAI ĐOẠN TRÊN ĐƯỜNG TU GIÁC NGỘ

TIỂU NHỎ Việt dịch
NGUYỄN MINH TIẾN hiệu đính

ĐỨC ĐẠT-LAI LẠT-MA XIV

TIỂU NHỎ *Việt dịch*

NGUYỄN MINH TIẾN *hiệu đính*

YẾU LƯỢC CÁC GIAI ĐOẠN TRÊN ĐƯỜNG TU GIÁC NGỘ

NGUYÊN TÁC

THE ABRIDGED STAGES OF

THE PATH TO ENLIGHTENMENT

LUẬN GIẢI CỦA NGÀI TSONGKHAPA

SONG NGỮ ANH VIỆT

NHÀ XUẤT BẢN LIÊN PHẬT HỘI

ĐẠI SƯ TSONGKHAPA
(1357 - 1419)

DẪN NHẬP

Hôm nay có khá nhiều người thuộc mọi thành phần xã hội cùng tề tựu ở đây, kể cả một số người đến từ Tây Tạng. Hôm nay, chúng ta tề tựu về đây không phải để nghe kể chuyện này, chuyện nọ, mà là để lắng nghe Phật pháp. Việc chuyển hóa thân, khẩu, ý của quý vị là điều quan trọng, để thẳng tiến đến giác ngộ nếu có thể. Do đó, ít nhất là trong các buổi giảng Pháp này, quý vị hãy cố gắng hướng tâm vào việc tu tập tâm linh. Hãy cố gắng ghi nhớ bất kỳ ý nghĩa nào mà quý vị tiếp nhận được từ các buổi giảng Pháp này và nỗ lực thực hành theo đó cho thuần thục. Nghe giảng Pháp không chỉ là để trau dồi học thuật, mà mục đích chính là để thuần phục và chuyển hóa tâm. Do đó, điều quan trọng là sau khi nghe giảng Pháp, chúng ta phải đạt được kết quả là có sự chuyển hóa trong cuộc sống của mình.

Thông thường, trước một buổi giảng Pháp chúng ta tụng các bài kệ quy y Tam bảo (Phật, Pháp, Tăng-già) và phát tâm Bồ-đề, vốn là tinh túy của Phật pháp. Hai dòng kệ đầu tiên là: *"Con nguyện quy y Phật, Pháp, Tăng từ nay cho đến khi đạt giác ngộ."* Quy y nghĩa là từ trong sâu thẳm lòng mình đã đặt niềm tin và phó thác [cuộc đời mình] cho Tam bảo (Phật, Pháp, Tăng-già). Quý vị chỉ trở thành Phật tử khi đã giao phó chính bản thân mình cho Phật, Pháp, Tăng. Điều quan trọng là phải có sự nhận hiểu

INTRODUCTION

There is a good gathering of people here from different walks of life, including some who have come from Tibet. Today, we are gathered here not to listen to some story or other, but to listen to the Buddha dharma. It is important to transform your body, speech and mind, to attain enlightenment if you can. So, at least during the sessions of these teachings, make an attempt to turn your mind towards spiritual practice. Try to keep in mind whatever meaning you get from these teachings and make yourself familiar with it. Listening to Dharma is not just an academic pursuit. It is meant for taming and transforming the mind. So it is important that, as a result of listening to the Dharma, we should make some transformation in our lives.

Usually before a teaching we recite the verses for taking refuge in the Buddha, Dharma and Sangha and generating the awakening mind, which is the essence of the Buddha's teaching. The first two lines are: 'I go for refuge until I am enlightened to the Buddha, Dharma and Sangha.' Taking refuge is to trust and, confide in the Buddha, Dharma and Sangha from the depth of your mind. Entrusting yourself to the Buddha, Dharma and Sangha is what distinguishes you as a Buddhist. It is important

rõ ràng về bản chất của Phật, Pháp và Tăng-già. Sự nhận hiểu đó được thực hiện thông qua việc học hỏi nghiên cứu (văn), suy ngẫm (*tư*) và thực hành thiền định (tu). Người đời không có sự nhận hiểu rõ ràng như trên và chỉ đơn giản làm theo thói quen truyền thống từ xưa mà tụng đọc: *"Con xin quy y Lạt-ma, con xin quy y Phật, Pháp, Tăng"* nhưng không hề hiểu rõ bản chất của Phật, Pháp và Tăng, nên họ sẽ không thể quy y một cách sâu xa. Họ chưa đạt đến lòng tin thực sự thông qua sự suy luận hay học hỏi nghiên cứu. Do đó, có thể có nhiều mức độ quy y khác nhau, tùy thuộc vào sự quan tâm, nghiên cứu học hỏi và trí thông minh của quý vị.

Phương cách quy y chân thật nơi Phật, Pháp, Tăng là noi gương Tam bảo. Quý vị phát nguyện tự mình sẽ là Phật, là Pháp, sẽ khơi dậy Chánh pháp ngay trong tâm thức của chính mình. Khi nói về quy y, có nhiều cách để tiến hành điều đó. Thông thường, chúng ta nương tựa vào người nào có khả năng bảo vệ, che chở cho ta. Về một phương diện, nếu ai đó có khả năng loại bỏ khổ đau và giúp đỡ chúng ta, ta sẽ nương tựa vào người đó. Mặt khác, nếu quý vị có khả năng tự chu toàn mọi trách nhiệm của mình, quý vị có thể sống tương đối độc lập và không cần thiết phải nương tựa vào ai cả.

Do đó, có hai mức độ quy y Phật, Pháp, Tăng. Mức độ thứ nhất là tự xem mình thuộc hạng thấp kém hơn và chẳng bao giờ nghĩ đến việc thành Phật.

to have a clear understanding of the nature of the Buddha, Dharma and Sangha. This is achieved through study, thinking and meditation. Ordinary people, without such understanding, who simply follow the prevailing tradition, saying: I take refuge in the Lama, I take refuge in the Buddha, Dharma and Sangha, without understanding the nature of the Buddha, Dharma and Sangha cannot take refuge in a profound way. They have not gained real conviction through reason or study. Therefore, there can be different levels of taking refuge depending upon your interest, study and your intelligence.

The real way to take refuge in the Buddha, Dharma and Sangha is to emulate their example. You make a determination to become the Buddha and the Dharma yourself, to generate the Dharma within your own mental continuum. When we talk about taking refuge, there are various ways of going about it. Usually, we take refuge in someone who has the capacity to give us shelter or protection. If there are people who have the capacity to remove our sufferings or help us, in a way we take refuge in them. On the other hand if you are capable of fulfilling all your responsibilities yourself, you live somewhat independently and do not have to take refuge in others.

Therefore, there are two levels of taking refuge in the Buddha, Dharma and Sangha. The first is to consider yourself on a lower level without ever thinking of becoming a Buddha. Then second level

Mức độ thứ hai là quy y Phật, Pháp, Tăng với tâm nguyện tự mình sẽ thành Phật và khơi dậy Chánh pháp trong tâm thức của mình. Cách quy y này là sâu sắc hơn và dũng mãnh hơn nhiều. Tất cả đều tùy thuộc vào tầng bậc tâm linh của mỗi người.

Sau đó, quý vị sẽ phát tâm Bồ-đề. Hai dòng cuối trong bài kệ truyền thống nói lên rằng: *"Nhờ công đức tích lũy được bằng cách bố thí, trì giới, v.v... nguyện rằng con sẽ đạt đến quả Phật vì lợi lạc cho tất cả chúng sinh."* Điều này chỉ rõ rằng, mục đích của việc tu tập Phật pháp không phải chỉ vì lợi ích riêng cho bản thân quý vị, mà là để đạt đến giác ngộ vì lợi lạc cho tất cả chúng sinh. Đó là một khuynh hướng vô cùng kỳ diệu và cao quý và là điều mà tất cả chúng ta đều nên hướng đến. Nếu quý vị có được một tâm Bồ-đề như vậy, thì đó sẽ là nguồn gốc của tất cả những thiện hạnh tuyệt hảo.

Khi quý vị tụng đọc bài kệ quy y Tam bảo (Phật, Pháp, Tăng-già) và phát tâm Bồ-đề như trên, quý vị phải hồi hướng mọi công đức đã tạo về cho lợi lạc của tất cả chúng sinh. Vị thầy phải giảng Pháp với động cơ như thế, và người nghe Pháp cũng phải lắng nghe với động cơ như thế. Cho dù hành trì pháp môn nào, cho dù là lễ lạy hay cung kính đi nhiễu, quý vị cũng đều phải thực hành với một động cơ như thế. Được vậy thì tất cả thiện hạnh của quý vị sẽ trở thành nhân để đạt đến giác ngộ vì lợi lạc của tất cả chúng sinh. Nếu quý vị suy ngẫm về ý nghĩa của chỉ một

is to take refuge in the Buddha, Dharma and Sangha with the aspiration that you yourself will become a Buddha and generate the Dharma within your mind. That kind of taking refuge is more profound and more courageous. It all depends on the mental level of the individual.

Then you generate the awakening mind. The last two lines of the traditional verse say: 'Through the virtuous qualities accumulated by giving, observing ethical discipline and so forth, may I attain Buddhahood for the benefit of all sentient beings.' This clearly explains that the purpose of engaging in the practice of the Buddha dharma is not for your personal welfare alone, but to attain enlightenment for the benefit of all sentient beings. That is an extremely wonderful and noble attitude, something we should all aspire to. If you have such an awakening mind, it is the source of all excellent qualities.

When you recite this verse, taking refuge in the Buddha, Dharma and Sangha and generating the awakening mind, you should dedicate whatever virtuous qualities you do to the benefit of all sentient beings. The teacher should explain the teaching with that motivation and the listener should also listen with that motivation. Whatever Dharma practices you do, whether you do prostrations or circumambulations, you should do them with this motivation. That way, all your virtuous qualities will become a cause for attaining enlightenment for the benefit of all sentient beings. If you think about the

bài kệ này khi tụng đọc, thì sự tu tập của quý vị cũng sẽ trở nên sâu sắc. Hãy suy ngẫm theo cách sao cho quý vị thực sự có thể khởi phát một cảm xúc mạnh mẽ trong tâm.

Thường thì chúng ta tụng bài kệ này ba lần. Như vậy là để đảm bảo rằng chúng ta suy ngẫm về ý nghĩa của bài kệ, và thông qua việc suy ngẫm nhiều lần về ý nghĩa của bài kệ, ta sẽ có sự thay đổi cảm xúc trong tâm. Do đó, có những lúc cần tụng đọc lên đến mười lần cũng là hữu ích, chứ không chỉ ba lần. Đôi khi, quý vị có thể chỉ tập trung vào hai dòng kệ đầu tiên, quy y Phật, Pháp và Tăng. Hãy chú tâm vào ý nghĩa của hai dòng kệ này. Khi quý vị có thể khởi phát một cảm xúc thực sự mạnh mẽ thì chỉ cần tụng đọc 2 dòng kệ phát tâm Bồ-đề mà thôi. Hãy nhớ rằng quý vị đang tu tập tất cả các pháp này để đạt đến giác ngộ vì lợi lạc cho tất cả chúng sinh. Điều đó có thể tăng thêm hiệu quả cho việc tạo ra chuyển biến trong tâm quý vị.

Khi quý vị thực hành bất kỳ một pháp lành nào, nếu ngay từ đầu mà quý vị có sự suy ngẫm về ý nghĩa quy y Tam bảo và phát tâm Bồ-đề, thì tất cả các pháp tu của quý vị đều sẽ trở nên hết sức hiệu quả. Nếu không thì việc tụng đọc những lời nguyện nào đó sẽ chẳng khác gì việc phát băng ghi âm. Việc thực hành Phật pháp, cũng giống như tất cả các truyền thống tôn giáo khác, là nhằm chuyển hóa tâm. Trong Phật giáo, điều này được thực hiện thông qua thiền tập hay luyện tâm. Các pháp tu tập

meaning of this one verse when you recite it, your practice will become profound. Think about it in such a way that you are really able to generate a strong feeling within your mind.

Usually we recite this verse three times. We do so to make sure that we think about the meaning and, through repeatedly thinking about the meaning of this verse, we make some change in the feeling within our minds. Therefore, sometimes it is useful to recite it not only three times, but even ten. Sometimes you can concentrate only on the first two lines, taking refuge in the Buddha, Dharma and Sangha. Focus your mind on the meaning of those two lines. When you are able to generate a really strong feeling, recite only the lines about generating the awakening mind. Remember that you are doing all these practices in order to attain Enlightenment for the benefit of all sentient beings. That may be more effective in making a change within your mind.

Whatever virtuous practices you do, if right in the beginning you think about the meaning of taking refuge in the Buddha, Dharma and Sangha and generating the awakening mind, all your practices will become very effective. Otherwise, reciting certain prayers might become no different from playing a tape recorder. Buddhist practice, like all the different religious traditions, is meant for transforming the mind. The way this is done in

liên quan đến tâm ý thì tinh tế và khó khăn hơn so với các pháp tu tập liên quan đến các cảm thọ khác. Do đó, cho dù quý vị có phát âm một cách thanh nhã khi tụng đọc những lời nguyện, nhưng nếu không có một thái độ tinh thần đúng đắn thì đó không thực sự là thực hành Phật pháp.

Đặc biệt là khi chúng ta có cơ hội để thực hành Phật pháp, điều quan trọng là phải hiểu rõ động lực chính trong Giáo pháp. Phật pháp được thực hành thông qua tâm. Nếu chúng ta hoàn toàn hài lòng với các pháp tu như cung kính đi nhiễu và những pháp tu tương tự mà quên đi pháp tu luyện tâm, thì rất đáng ngờ là những tu tập như thế của ta có thực sự là thực hành Phật pháp hay không. Thỉnh thoảng, khi ta có nhiều thời gian thì việc cung kính đi nhiễu hay lễ lạy có thể giúp ta cảm thấy rất thanh thản. Nhưng nếu quý vị cùng đi với một người bạn lắm chuyện để rồi tán gẫu vô bổ và trò chuyện đại loại như thế, thì đó không phải là thực hành tâm linh. Rất có thể là trong khi đi nhiễu quý vị lại suy nghĩ đến việc lừa dối người này, người kia, hoặc nghĩ đến việc kiếm tiền, nhưng như thế chỉ là phí thời gian vô ích, vì quý vị chỉ toàn nghĩ đến những việc làm bất thiện. Những người quan sát quý vị có thể cảm thấy, và chính bản thân quý vị cũng có thể tự cảm thấy, rằng quý vị đang thực hành tâm linh, nhưng thật ra thì không phải, vì tâm của quý vị đang chuyển về hướng khác.

Như vậy, thực hành Phật pháp thông qua tâm có nghĩa là gì? Ví dụ như khi quý vị đang giận dữ rồi

Buddhist practice is through meditation or mental training. Practices related to the mind are subtler and more difficult than practices related to other senses. So even if you move your lips elegantly when you recite your prayers, if you do not have the correct mental attitude you are not doing real Buddhist practice.

Especially when we have the opportunity to do Buddhist practice, it is important to understand the main thrust of the Buddha's teaching. The Buddha dharma is to be done through the mind. If we are simply content with practices like circumambulation and so forth, forgetting the mental practice, then it is doubtful whether our practice is really Buddhist. Sometimes when we have ample time on our hands, it can be very comfortable to do circumambulations or prostrations. But if you go with a talkative friend, exchanging gossip and so forth, it is not a religious practice. It is possible to do circumambulation while thinking of deceiving such and such a person, or making money, but you are just wasting your time, because you are thinking about doing various negativities. People who observe you might feel, and you yourself might feel, that you are doing religious practice, but actually you are not, because your mind is turned in another direction.

Now, what does doing Dharma practice through the mind mean? For example, if you are angry

nhận thấy những tai hại của sân hận và lợi ích của tâm an tĩnh thì quý vị sẽ nguôi giận. Và khi nghĩ đến sự việc hay con người đã làm mình giận, nếu quý vị khởi phát một khuynh hướng yêu thương nhiều hơn nhờ việc quán xét các lợi ích của lòng từ bi, thì quý vị sẽ có thể chuyển hóa được khuynh hướng [sân hận] trước đây. Nếu quý vị suy nghĩ rằng, người đó cũng giống mình ở điểm là chỉ mong muốn hạnh phúc và chẳng muốn khổ đau, thì quý vị sẽ có thể khởi phát một cảm xúc bi mẫn thực sự đối với người ấy. Như thế mới đích thực là thực hành Phật pháp. Đó là cách thức để tâm của quý vị có thể được chuyển hóa. Khuynh hướng tai hại trước đây của quý vị giờ đã được chuyển hóa thành một khuynh hướng thương yêu. Điều này cực kỳ khó khăn, nhưng thật diệu kỳ. Như thế mới đích thực là thực hành Phật pháp. Đó cũng là lý do vì sao chúng ta nói rằng Phật pháp được thực hành thông qua tâm.

Nếu chúng ta tự nguyện là Phật tử và tự nguyện đi theo đức Phật, thì chúng ta có trách nhiệm làm theo lời dạy của Ngài. Chúng ta có bổn phận và trách nhiệm phải [tu tập để] giảm thiểu và loại bỏ tâm sân hận, tham luyến và thù hằn. Chúng ta là những đệ tử của đức Phật, trong nhà ta thờ kính ảnh tượng Phật. Chúng ta cũng đi hành hương và khởi tâm cung kính rất mực trước ảnh tượng của đức Phật Thích-ca. Nhưng nếu ta đã xem Ngài như vị Thầy và yêu thích giáo lý của Ngài, thì điều quan trọng là ta phải thực hành theo đó. Ít nhất ta cũng có thể làm những điều để Ngài hoan hỷ và không làm những

and seeing the faults of anger and the benefits of a calm mind, you reduce your anger. Then, if, by focusing on what or whomever made you angry, you generate a more loving attitude by thinking about the benefits of love and kindness you will be able to transform your earlier attitude. If you think that this person is similar to you in wanting happiness and not wanting suffering, you will be able to generate a real feeling of compassion towards him or her. That is real Dharma practice. That is how your mind can be transformed. Your earlier harmful intention is now transformed into a loving attitude. It is extremely difficult, but it is wonderful. That is real Dharma practice. This is also why we say that Buddhist practice is done by the mind.

If we voluntarily profess to be Buddhists and profess to be followers of the Buddha, it is our responsibility to follow the Buddha's instructions. It is our duty and responsibility to reduce and eliminate anger, attachment and hatred. We are followers of the Buddha; in our homes we have images of the Buddha. We also go on pilgrimage and generate great respect for images of Buddha Shakyamuni. But if we accept Buddha Shakyamuni as our teacher and if we like his teaching, then it is important to follow it. At least we can do those things which please the Buddha and not those things which displease him. If we do not engage

điều khiến Ngài phật lòng. Nếu chúng ta không thực hành như vậy thì ta chỉ tự lừa dối mình và lừa dối đức Phật Thích-ca khi nói rằng mình quy y Tam bảo (Phật, Pháp và Tăng-già).

Giờ đây, khi bước lên tòa giảng Pháp, nếu tôi kiêu hãnh vì mình là vị Đạt-lai Lạt-ma hay vì những điều đại loại như thế, hẳn tôi sẽ không xứng đáng [với cương vị này]. Tôi là một tỳ-kheo, một người đi theo đức Phật Thích-ca, trân quý những lời dạy bảo của Ngài và thành tâm nỗ lực thực hành những gì Ngài dạy. Tôi thực hành giáo pháp của Ngài không đơn thuần chỉ để làm Ngài hài lòng, không để xu nịnh Ngài. Tôi cũng không làm theo Ngài vì hạnh phúc của tôi do Ngài quyết định. Tôi làm theo lời dạy của Ngài vì điều đó mang lại lợi ích lâu dài cho tôi. Tất cả chúng ta đều mong muốn hạnh phúc và không muốn chịu khổ đau. Và ước nguyện này không chỉ là trong vài ba ngày hay vài ba năm nữa, mà sẽ kéo dài trong nhiều kiếp sống. Chúng ta có được hạnh phúc hay không là do chính ta quyết định. Để tìm được hạnh phúc bền lâu và tránh xa khổ đau, chúng ta phải chuyên cần nỗ lực. Nguồn gốc của khổ đau là vô minh, sân hận và tham ái. Vì lợi ích cho chính mình, ta phải xem những thứ ấy như kẻ thù và trân quý các phẩm tính của tâm Bồ-đề, của tuệ giác hiểu biết tính Không v.v... Do đó, là người đi theo đức Phật Thích-ca, tôi thực hành những gì Ngài dạy. Mặc dù Ngài đã dạy về Tứ diệu đế và Nhị đế từ cách đây hơn 2500 năm, nhưng cứ mỗi lần suy ngẫm về những

in such a practice then we are simply deceiving ourselves and deceiving Buddha Shakyamuni when we say that we take refuge in the Buddha, Dharma and Sangha.

Now, when I climb on the throne to give you the teaching, it would be unworthy of me to be proud that I am the Dalai Lama and so forth. I am a bhikkshu, a follower of Buddha Shakyamuni, who cherishes the instruction and teaching of Buddha Shakyamuni, and sincerely tries to practice what Buddha Shakyamuni teaches. I practise his teaching not simply to please him, not simply to flatter him; I am not following his practice because all my happiness is in the hands of the Buddha. I am following the teaching of the Buddha because it is beneficial for me in the long-run. We all want happiness and do not want suffering. And this wish will not last just for the next few days or few years, but for many lives to come. Whether we have happiness or not is in our own hands. In order to find happiness in the long run and not to encounter suffering, we have to work hard. The root of suffering is ignorance, anger and attachment. Seeing these negativities as the enemy, and cherishing the qualities of the awakening mind, the wisdom understanding emptiness, and so forth, is all for our own benefit. Therefore, as a follower of Buddha Shakyamuni, I am practising what he taught. Although he taught the Four Noble Truths and the Two Truths 2,500 years ago, each

điều này tôi lại càng thấy chúng đúng đắn hơn và niềm tin của tôi thêm mạnh mẽ hơn.

Tôi luôn nghĩ mình là một tỳ-kheo bình thường, một đệ tử bình thường của đức Phật. Mọi người khác cũng đều giống như tôi. Do đó, sẽ là hữu ích nếu tôi thảo luận với quý vị những gì tôi biết, và với động cơ đó, động cơ làm lợi lạc, tôi sẽ trình bày những giáo pháp hôm nay. Cho dù chúng ta chỉ làm lợi lạc cho một người thôi, thì điều đó cũng đáp ứng được mục đích của lời Phật dạy. Bản thân Đức Phật cũng đã phát tâm Bồ-đề trước nhất, sau đó mới huân tập vô lượng công đức và cuối cùng đạt đến giác ngộ. Ngài làm tất cả những điều này vì lợi ích cho chúng sinh. Ngài tu tập trong vô lượng kiếp không thối chuyển và cuối cùng đạt đến giác ngộ. Điều này thực hiện được nhờ Ngài đã có một phát khởi nhân kỳ diệu nhất là tâm Bồ-đề, [mong cầu giác ngộ vì lợi ích cho tất cả chúng sinh]. Do đó, nếu thông qua việc giảng pháp của chúng ta, hay nhờ vào thiện hạnh của mình, mà ta có thể giúp cho dù chỉ một người có được cuộc sống tốt đẹp, hay làm cho hạnh phúc khởi sinh trong tâm người ấy, thì điều đó cũng đã là phụng sự lớn lao cho Phật pháp, nhưng cũng đồng thời đem lại lợi lạc cho chính ta.

Dù thực hành bất kỳ pháp môn nào, ta cũng phải thực hành với động cơ đúng đắn. Nói chung, việc tự mình huân tập các phẩm tính tốt đẹp là vô cùng khó khăn, trong khi việc tập thành những thói xấu thì lại không cần dụng công. Do đó, các bậc thầy thuộc

time I think about them they become more true, my conviction about them increases.

I always think of myself as an ordinary bhikkshu, an ordinary follower of the Buddha. Other people are the same as me. Therefore, it may be useful to discuss what I know with you and with that kind of motivation, a motivation to benefit, I give these teachings. Even if we are able to benefit just one person, it fulfils the teaching of the Buddha. The Buddha himself first generated the awakening mind, then he accumulated extensive merit, and finally he attained Enlightenment. He did all this for the benefit of sentient beings. He followed his practice for countless aeons without getting discouraged and finally attained enlightenment. This was possible because he had the most wonderful cause: the awakening mind. Therefore, if through our own teaching, or through our own good behaviour, we are able to make even one person lead a positive way of life or cause happiness to arise within the mind of that person, it is a great service to the Buddha dharma, but it also fulfils our own benefit.

Whatever Dharma practices we do should be done with the right motivation. Generally speaking, to habituate ourselves with positive qualities is extremely difficult, while acquaintance with negative activities comes automatically. Therefore, the ancient Kadampa masters used to

phái Kadam ngày xưa thường nói rằng, việc tích tụ ác nghiệp cũng giống như một hòn đá lăn xuống triền dốc, nhưng việc tạo thiện nghiệp lại giống như lội nước ngược dòng hay cưỡi một con ngựa đã kiệt sức. Dù khi ta thức hay ngủ, các phiền não cũng tự động khởi sinh. Và rồi những phiền não này sẽ biểu lộ trong cung cách ứng xử hằng ngày của ta. Chúng ta thực hiện những hành vi xấu ác ngay cả khi biết rõ đó là sai trái.

Vì chúng ta đã có được thân người quý hiếm này, và chúng ta đã cùng đến đây để nghe giảng Pháp, nên điều quan trọng là ta phải khởi phát một động cơ tích cực. Có như vậy thì việc nghe giảng Pháp mới trở thành một thực hành tâm linh. Khi chúng ta nói về việc tích lũy thiện nghiệp và loại bỏ ác nghiệp, chúng ta không làm như vậy vì đức Phật đã bảo chúng ta làm, mà bởi vì giáo pháp của Ngài dựa trên nền tảng của quy luật tự nhiên về nhân quả. Khi Ngài giảng về Tứ Diệu Đế, Ngài cũng giảng về cách thức vận hành của nhân quả. Hạnh phúc khởi sinh tùy thuộc vào nhân duyên, và khổ đau cũng khởi sinh tùy thuộc vào nhân duyên; đó là một quy luật tự nhiên. Hạnh phúc mà chúng ta đang tận hưởng ngay trong đời sống này, dù là sự thịnh vượng giàu sang, học vấn cao hay bất cứ điều gì khác, cũng đều là kết quả của việc tích lũy những nhân duyên cần thiết.

Những nhân duyên khác nhau này khởi sinh trong quan hệ trực tiếp với cung cách ứng xử của

say that accumulating negative activities is like a stone rolling down a steep slope, but engaging into positive practice is like driving water upstream or leading an exhausted horse. Whether we are awake or asleep, disturbing emotions automatically arise. This is then manifest in our daily behaviour. We engage in negative activities even knowing they are wrong.

Since we have found this precious human birth, and we have come together to listen to the teaching, it is important that we should generate a positive motivation. Only then will listening to the teaching become a spiritual practice. When we talk about accumulating positive deeds and eliminating negative deeds, we do so not because the Buddha has told us to, but because the Buddha's teaching is based on the natural law of cause and effect. When he taught the Four Noble Truths, he also explained the way cause and effect works. Happiness arises in dependence on causes and conditions and suffering too, arises in dependence on causes and conditions; this is a law of nature. The happiness we experience in this very life, whether it is material prosperity, better education or whatever, comes about as a result of accumulating the necessary causes and conditions.

These different causes and conditions arise in direct relation to human behaviour, which is related

con người, mà cung cách ứng xử thì liên quan đến cách suy nghĩ của chúng ta. Và những quan niệm hay cách suy nghĩ khác nhau của con người không khởi sinh nếu không có nhân duyên. Con người có một thân thể vật lý và trong một chừng mực nào đó thì các tư tưởng, ý niệm khác nhau khởi sinh vì tình trạng của cơ thể. Chẳng hạn, nếu thân thể khỏe mạnh, quý vị sẽ cảm thấy tâm hồn thoải mái và hạnh phúc. Để cho ý thức sinh khởi, [trước hết] cần phải có một đối tượng bên ngoài làm tiêu điểm hướng đến của tâm thức ấy, và khi tâm cũng phản ứng lại với các điều kiện vật chất [là đối tượng bên ngoài] đó thì [niệm tưởng từ] tâm thức ấy khởi sinh. Cho dù quý vị có gọi đó là bộ óc hay gán ghép bất kỳ một thực thể vật chất nào cho tâm thức, thì cũng không chỉ có riêng yếu tố vật chất làm khởi sinh [niệm tưởng từ] tâm thức.

Tâm thức là một cái gì đó vốn trong sáng và có khả năng nhận biết. Thân thể con người bắt đầu hình thành từ sự kết hợp tinh cha, noãn mẹ. Khi cơ thể phát triển thì tâm thức cũng hiện hữu. Nhưng chất liệu thực sự của tâm thức không phải là thân thể vật chất mà là một tâm thức trước đó. Những cảm thọ hạnh phúc (lạc thọ) và khổ đau (khổ thọ) mà chúng ta trải nghiệm nên được truy xét nguồn gốc không chỉ từ thân thể, mà còn là từ nơi tâm thức vi tế nhất. Do đó, ta thấy trong giáo lý Mật thừa có sự giảng giải về tâm thức vi tế nhất, được gọi là tâm quang minh nguyên thủy. Khi ta nói về tính tương

to our human way of thinking. And these different concepts or ways of thinking within the human being do not arise without cause or condition. Human beings have a physical body and to some extent different conceptual thoughts arise because of the condition of the physical body. For example, if you are physically well and healthy, you feel mentally relaxed and happy. For consciousness to arise there has to be an external object as the focus of that mind, and when it also reacts with the physical circumstances that mind arises. Whether you call it the brain, or whatever physical reality you attribute to the mind, it is not only the physical substance that gives rise to the mind.

The mind is something which has clarity and the capacity to know. The formation of the physical human body starts with the union of the father and mother's sperm and eggs. As it develops, consciousness also takes part. But the actual substance of the mind is not the physical body but a previous mind. The feelings of happiness and suffering that we encounter should be traced not only to the physical body, but also to the subtlest mind. Therefore, in tantric teachings we find explanation of the subtlest mind called primordial clear light mind. When we talk about the continuity

tục của đời sống, điều đó được giải thích từ góc độ tương tục của tâm quang minh này.

Do cung cách ứng xử của mình mà chúng ta có những trải nghiệm khác nhau, và những cung cách ứng xử khác nhau của ta lại khởi sinh từ các khuynh hướng tinh thần khác nhau. Về cơ bản, tất cả chúng ta đều giống nhau ở sự mong muốn hạnh phúc và không muốn khổ đau. Giả dụ như quý vị đặt câu hỏi với những người thậm chí có vẻ như hung ác, thích đánh nhau hoặc đang tham chiến, rằng họ có thực sự muốn đánh nhau hay không, thì câu trả lời sẽ là không. Họ cũng giống như ta, cũng mong muốn hạnh phúc và không muốn khổ đau. Chúng ta thực hiện những hành vi xấu xa là vì ta bị khống chế bởi sức mạnh của vô minh. Vô minh quá mạnh mẽ đến nỗi thôi thúc ta làm những việc gây tác hại bất kể rằng ta có những mong muốn khác. Chúng ta nhìn thấy các hành vi gây tác hại trên khắp thế giới và điều đó cho thấy khả năng lớn lao của tâm thức con người trong việc kiểm soát hết thảy mọi việc.

Các cảm thọ hạnh phúc và khổ đau của chúng ta phụ thuộc rất nhiều vào cung cách ứng xử của ta, mà cung cách ứng xử thì liên quan chặt chẽ đến cung cách suy nghĩ. Các khuynh hướng tinh thần tiêu cực và vô ích cần phải bị giảm thiểu và loại bỏ. Chúng ta phải xác định được các tâm trạng tích cực để tăng tiến và phát triển hơn nữa. Phương pháp chuyển hóa tâm này được gọi là Pháp, hay thực hành tâm linh. Đó là lý do tại sao đức Phật dạy chúng ta

of life, it is explained in terms of the continuity of the clear light mind.

We have different experiences because of our behaviour and our different behaviour arises because of different mental attitudes. Basically we are all the same in wanting happiness and not wanting suffering. If you were to ask even people who seem to be cruel and bent on fighting or waging war whether they really want to fight, the answer will be negative. They also are similar to us in wanting happiness and not wanting suffering. We engage in foul activities because we are overpowered by ignorance. Ignorance is so strong that despite our wanting something else, we are compelled to engage in destructive activities. We see destructive activities throughout the world, which shows the great potency of the human mind to control everything.

Our feelings of happiness and suffering are very much dependent on our behaviour, which is very much related to our way of thinking. Those mental attitudes which are negative and unworthy should be reduced and eliminated. We should identify constructive kinds of mind and promote and develop them. This method of transforming the mind is what we call Dharma or spiritual practice. That is why the Buddha's teaching says that we should not

đừng làm những điều xấu ác. Chúng ta nên làm điều thiện, vì ta mong muốn hạnh phúc và không muốn khổ đau, mà hạnh phúc chỉ có được từ những việc làm hiền thiện, trong khi khổ đau là do những hành động xấu ác.

Bởi vì tâm thức giống như một dòng suối, là cội nguồn dòng kinh nghiệm của chúng ta, nên điều quan trọng là phải kiểm soát được cội nguồn của kinh nghiệm, hay nói cách khác là phải chuyển hóa tâm thức. Các chính trị gia tìm cách kiểm soát tâm trí dân chúng với các chương trình, nhưng những chương trình như thế chủ yếu không dựa trên nền tảng của sự chuyển hóa tâm thức, mà là tìm cách làm sao để giành chiến thắng cho phe nhóm của mình và đánh bại phe nhóm khác, nên [rốt cùng thì] chúng luôn thất bại. Phương pháp chuyển hóa tâm là luôn quán xét bất kỳ điều gì chúng ta làm, và nếu hậu quả là khổ đau, xấu ác thì ta không nên thực hiện hành vi đó. Nếu ta xét thấy một hành vi nào đó có thể mang lại hạnh phúc và an lành, ta có thể hoan hỷ làm ngay.

Khi Đức Phật dạy Tứ diệu đế và nói về Khổ đế, Ngài không có ý muốn làm cho ta chán nản hay buồn khổ. Nếu không có phương cách nào để loại bỏ khổ đau thì hẳn là không cần thiết phải nói đến làm gì. Nhưng đức Phật không chỉ nói riêng về Khổ đế; Ngài cũng nói về những nguyên nhân của khổ đau (Tập đế) và khả năng có thể dứt trừ khổ đau (Diệt đế), cũng như con đường dẫn đến sự chấm dứt mọi khổ đau (Đạo đế). Những cảm xúc tiêu cực và phiền não tuy

do evil acts. We should do positive acts, because we want happiness and don't want suffering. And happiness comes from doing positive acts, while suffering comes from doing negative acts.

Since the mind is like a spring, the source of our stream of experience, it is important to control this source of experience - in other words, transform the mind. Politicians try to control peoples' minds with programmes, but as these are mainly based not on transforming the mind but on how to gain victory for your own party and defeat the other party, therefore they are always unsuccessful. The method for transforming the mind is to see that whatever we do, if the result will be negative, we should not do it. If we can see that by doing something it will lead to happiness and peace, then we can happily do it.

When the Buddha taught the Four Noble Truths and introduced true suffering, he did so not to depress us or make us feel sad. If there were no means to remove suffering then there would be no need to talk about it. But the Buddha did not speak only about true suffering; he also spoke about the causes of suffering and the possibility of removing that suffering, the path leading to the cessation of that suffering. Negativities and disturbing emotions

là tạm thời nhưng có một sức mạnh chi phối nhất định. Nếu chúng ta rèn luyện tâm thức thuần thục với những phương pháp đối trị phiền não, chắc chắn ta sẽ có thể chế ngự được chúng. Diệt đế hay Niết-bàn chỉ đến trạng thái tâm thức của ta khi đã hoàn toàn loại bỏ mọi phiền não và khổ đau. Nếu một trạng thái như vậy là có khả năng đạt được, thì quả là rất đáng để cho chúng ta tìm kiếm một phương pháp thích hợp và nỗ lực tu tập theo đó nhằm đạt đến.

Và trước hết thì điều quan trọng là phải hiểu biết lợi ích của sự nỗ lực tu tập như thế, cũng như các bất lợi của việc không tu tập.

Một người hoàn toàn không biết gì về Phật pháp có thể đắm chìm trong phiền não nhưng lại cho rằng chúng là các thói quen hằng ngày của tâm thức và xem đó như chuyện tất nhiên phải có. Nếu chúng ta nói với người đó về việc loại bỏ các phiền não này thì anh ta có thể sẽ phớt lờ đi, hoặc chấp nhận sân hận, tham luyến v.v... như một phần của cuộc sống. Rõ ràng là có những bất lợi trong trường hợp như vậy, vì khi tâm thức ta bị phiền não che lấp thì dù ta có được của cải, bạn bè và mọi thứ ta mong muốn, ta vẫn không có khả năng trải nghiệm hạnh phúc. Ngược lại, nếu chúng ta làm giảm thiểu và loại bỏ phiền não cũng như sinh khởi các phẩm tính tốt đẹp như được giảng giải trong giáo pháp, chúng ta sẽ có lòng dũng cảm và quyết tâm thực sự.

Khi bị ảnh hưởng bởi những phiền não như sân hận và tham luyến, chúng ta luôn sợ hãi, mất tự tin

are temporary but have a certain force. If we familiarize our minds with the antidotes to these negative minds, we can definitely defeat them. True cessation or nirvana refers to our mind being completely free from disturbing emotions and sufferings. If it is possible to attain such a state, it is worthwhile for us to find the proper method to do so and to work to achieve it.

First it is important to know the benefits of engaging in such practice and the disadvantages of not doing so.

Someone who has no knowledge at all about the Buddha's teachings might be full of disturbing emotions, but he might feel that these are just the daily habits of the mind and take them for granted. If we speak to him about removing these negativities, he might just ignore it or accept anger, attachment and so forth as part of life. There are definitely disadvantages to such a course, because when our minds are clouded by disturbing emotions, even if we have wealth, friends and everything we desire, we may not be able to experience happiness. On the other hand if we reduce and remove disturbing emotions and generate the positive qualities explained in the teaching, we will get real mental determination and courage.

When we are afflicted by disturbing emotions like anger and attachment, we suffer fear, low

và sa sút tinh thần v.v... Do đó, điều quan trọng là phải làm giảm đi những khía cạnh tiêu cực và phát huy các phẩm chất tích cực của tâm thức. Khi đó, chúng ta sẽ thực sự bắt đầu trải nghiệm được hạnh phúc. Dĩ nhiên, các phương tiện vật chất bên ngoài cũng là nhân duyên để có hạnh phúc, nhưng chúng không phải là nguyên nhân cơ bản nhất. Nguyên nhân cơ bản nhất của hạnh phúc vốn nằm ngay trong tâm thức chúng ta.

Đạo Phật là một giáo pháp liên quan chặt chẽ đến cung cách ứng xử của con người và được phân chia thành hai phần: triết lý, hay quan điểm, và hành vi đạo đức. Hành vi đạo đức [theo đạo Phật] là không làm hại các chúng sinh khác. Đây là cung cách ứng xử của một Phật tử. Triết lý [của đạo Phật] là hạnh phúc riêng của quý vị có liên quan đến mọi người khác. Do đó, biết thương yêu những người khác, không gây tổn hại cho họ thì kết quả là bản thân quý vị sẽ được hạnh phúc. Ngược lại, nếu quý vị phớt lờ đi, không quan tâm đến hạnh phúc của người khác, thì quý vị sẽ không có hạnh phúc, vì hạnh phúc và khổ đau của bản thân quý vị không hình thành trong sự tách biệt [với người khác]. Nếu có hạnh phúc và bình an trong xã hội, trong xóm làng, hay trên toàn thế giới, thì tất cả chúng ta đều sẽ được hạnh phúc. Đây là [giáo lý] duyên khởi, là thuyết tương quan tương duyên [của đạo Phật].

Đạo Phật không dạy về một đấng sáng thế và cũng không nói rằng các pháp khởi sinh mà không

self-esteem, depression and so forth. Therefore, it is important to reduce the negative aspects of the mind and increase its positive aspects. Then we will really start to experience happiness. Of course external material facilities are a cause and condition for happiness, but they are not the ultimate source. The ultimate source of happiness is within our mind.

Buddhism is a teaching which is very much related to human behaviour and it is divided into philosophy or view and conduct. The conduct is not to harm other sentient beings. That is the behaviour of a Buddhist. The philosophy is that your own happiness is related to other people. Therefore, cherish other people, do not harm them, as a result you will have happiness. If, on the other hand, you ignore and neglect the welfare of other people you will not have happiness, because your happiness and suffering do not occur in isolation. If there are happiness and peace in society, in your neighbourhood, in the whole world, then we will all have happiness. This is dependent arising, the theory of relativity.

Buddhism does not teach about a creator, nor does it say that things arise without causes and conditions. If you deceive other people for your

có các nhân duyên. Nếu để có được hạnh phúc mà quý vị lừa dối người khác thì đó là một phương cách dại dột. Thông thường, chúng ta luôn chèn ép người khác mỗi khi có cơ hội. Khi có thể dối gạt ai đó thì chúng ta sẽ làm ngay không do dự. Và nếu không có khả năng làm được chuyện gì khác hơn thì chúng ta bắt đầu chỉ trích hay nói xấu người khác để gây chia rẽ, thù hận. Rồi khi chúng ta gặp khó khăn, phải tìm đến những người này để xin giúp đỡ thì họ sẽ cười vào mặt ta.

Nếu ngay từ đầu mà quý vị hành xử như người thân thuộc với bằng hữu, láng giềng và những người sống quanh mình, thì khi quý vị gặp khó khăn nào đó, những người bên cạnh đều sẽ tự nguyện giúp đỡ mà không đợi quý vị phải nhờ cậy. Chúng ta là những động vật sống hợp quần. Dứt khoát là chúng ta phải phụ thuộc vào nhau. Thuyết tương quan tương duyên và duyên khởi này là giáo lý nhà Phật. Tất cả các hiện tượng duyên sinh đều khởi sinh phụ thuộc vào nhân duyên. Do đó, hạnh phúc và khổ đau của chúng ta cũng khởi sinh do các nhân duyên. Tóm lại, đức Phật dạy rằng: Hãy làm lợi lạc cho người khác nếu có thể; nếu không thì ít nhất cũng đừng làm hại họ.

happiness, it is a foolish way of trying to achieve happiness. Usually, when there is an opportunity, we bully other people. When we are able to deceive someone, we do it without hesitation. And if we are unable to do anything else, we start criticizing or narrating someone's negative qualities to create enmity between other people. Then, when we encounter a problem and seek those people's help, they simply laugh at us.

If, from the outset, you behave as if you are related to your friends, neighbours and people living around you, when you are faced with some problem, your neighbours will all help without being asked. We are social animals. We definitely have to depend upon each other. This theory of relativity and dependent arising is the Buddhist philosophy. All conditioned phenomena arise in dependence on causes and conditions. Therefore, our happiness and suffering also arise due to causes and conditions. In short, the Buddha advised: If possible benefit other people, if you are unable to benefit other people at least refrain from harming them.

GIẢNG GIẢI CHÁNH VĂN

Nào, bây giờ chúng ta hãy xem phần chánh văn *"Tinh yếu các giai đoạn trên đường tu giác ngộ"* của ngài Tsongkhapa. Bản văn này được gọi là "Chứng đạo ca" vì dựa trên kinh nghiệm chứng ngộ của chính bản thân Ngài. Khi ta nói về các giai đoạn của đường tu giác ngộ thì điều đó chỉ đến nội dung hay chủ đề của giáo pháp này. Giác ngộ là mục đích phải đạt đến. Giác ngộ ở đây chỉ đến sự giác ngộ viên mãn hay quả Phật. Trong Tạng ngữ, phần đầu của chữ "giác ngộ" có nghĩa là tịnh hóa mọi xấu ác. Nhưng nó không có nghĩa là sự chấm dứt tạm thời của những phiền não này. Sự tịnh hóa đó sẽ luôn diễn ra không ngừng. Đó là một quy luật tự nhiên. Bất kỳ điều gì là vô thường đều chỉ chấm dứt một cách tạm thời. Ở đây, chúng ta đang nói đến sự chấm dứt hay loại bỏ các phiền não này thông qua việc áp dụng những phương thức đối trị mạnh mẽ nhất định. Phần thứ hai của chữ "giác ngộ" trong Tạng ngữ có nghĩa là phát khởi thiện hạnh. Đối tượng của tịnh hóa chủ yếu là tam độc: tham (tham ái), sân (sân hận) và si (vô minh), đặc biệt là các chủng tử do vô minh để lại [trong dòng tâm thức], vốn là những chướng ngại ngăn trở việc đạt đến quả Phật. Khi ta loại trừ được những chủng tử của vô minh thì tâm thức sẽ hiển lộ năng lực nội tại thấy được bản chất chân thật của mọi hiện tượng.

EXPLAINING THE TEXT

Now, let us look at this text by Je Tsongkhapa, the Abridged Stages of the Path to Enlightenment. It is called 'Song of Experience,' because it is based on his own experience and realization. When we talk about the stages of the path to enlightenment, it refers to the content or subject of the teaching. Enlightenment is the goal to be achieved. Enlightenment here refers to that great enlightenment which is Buddhahood. The first part of the Tibetan word for enlightenment means to purify all negativities. But it does not mean the momentary cessation of these disturbing emotions. That will always take place. It is a law of nature. Whatever is impermanent ceases momentarily. Here we are talking about the cessation or removal of these disturbing emotions through the use of certain powerful antidotes. The second part of the Tibetan word means to generate positive qualities. Purification mainly refers to the three poisons, anger, attachment and ignorance, especially the imprints left behind by ignorance, which are the obstructions to Buddhahood. When we remove the imprint of ignorance, the innate power of the mind to see the actual nature of phenomena manifests.

Khả năng nhìn thấy thực tánh các pháp là một phẩm tính vốn có của tâm thức. Phẩm tính này bị che lấp bởi các chướng ngại ngăn trở sự giác ngộ. Quả Phật là mục đích ta hướng đến và được thành tựu thông qua tâm thức. Chúng ta đang nói đến việc đạt được giác ngộ trong tâm thức ta. Chúng ta không nói đến giác ngộ như một nơi chốn bình yên nào khác. Bởi vì, nếu sự giác ngộ là một nơi chốn nào khác, thì thay vì tịnh hóa tâm thức mình, ta có thể dùng đến các phương tiện khác, chẳng hạn như đi bằng máy bay hay tàu hỏa để đến đó. Sự giác ngộ được thành tựu với tâm thức của chúng ta, bằng cách tịnh hóa dần dần hết thảy mọi phiền não và thực hành dần dần hết thảy mọi thiện hạnh. Điều này thường được gọi là con đường tu tập.

Quá trình loại bỏ các cảm xúc phiền não bao gồm nhiều giai đoạn khác nhau. Để bắt đầu, chúng ta chỉ đơn giản là làm suy yếu hay giảm thiểu các vọng tưởng. Thông qua năng lực của những phương thức đối trị, chúng ta dần dần tăng cường những phẩm tính hiền thiện. Bằng cách này, chúng ta xóa sạch và loại bỏ hoàn toàn những vọng niệm xấu ác. Cuối cùng, chúng ta sẽ đạt đến một trạng thái mà cảm xúc phiền não không khởi sinh ngay cả khi có đủ các nhân và duyên. Chúng ta đạt đến trạng thái chấm dứt hoàn toàn các cảm xúc phiền não, được gọi là Diệt đế. Và con đường tu tập dẫn đến Diệt đế được gọi là Đạo đế. Năng lực đối trị trực tiếp để loại bỏ nguồn gốc của khổ đau là tuệ giác nhận hiểu tính Không. Các phẩm tính khác như tâm từ và tâm bi

The potency of the mind to see the actual nature of phenomena is its inherent quality. It is obscured by the obstructions to enlightenment. Buddhahood is the goal and it is achieved through the mind. We are talking about achieving enlightenment within our mind. We are not referring to enlightenment as some other peaceful place. If it were somewhere else, we might, instead of purifying our mind, adopt some other measures, such as travelling by aeroplane or train. Enlightenment is achieved with our mind, by purifying all our negative disturbing emotions individually one by one and actualizing all positive qualities one by one. This is usually called the path.

There are different stages to the process of removing the disturbing emotions. To begin with, we simply weaken or reduce the delusions. Gradually through the force of counter measures, we strengthen positive qualities. In this way we completely eradicate and remove the negative delusions. Eventually we attain a state where even if the causes and conditions are present, disturbing emotions do not arise. We achieve a state of cessation of these disturbing emotions, which is called the true cessation. And the path responsible for achieving that true cessation is called the true path. The direct counter force that removes the root cause of suffering is the wisdom understanding emptiness.

cũng góp phần loại bỏ khổ đau nhưng không trực tiếp xóa bỏ được các chủng tử bất thiện [là nguồn gốc của khổ đau].

Khi chúng ta thiền quán liên tục về tuệ giác nhận hiểu tính Không, sự sáng suốt trong nhận thức của ta sẽ dần dần phát triển. Khởi đầu, chúng ta không có khả năng hiểu đúng về bản chất của đối tượng, vì tâm thức ta bị vô minh che lấp. Để đối trị điều đó, ta tu tập cho tâm thức mình thuần thục với tuệ giác nhận hiểu tính Không. Khi chúng ta chứng ngộ con đường vô phân biệt của một bậc thánh thì con đường tu tập đó được gọi là Đạo đế. Sự đoạn diệt hoàn toàn các cảm xúc phiền não trong tâm thức được gọi là Diệt đế. Đây cũng được gọi là Chánh Pháp, là sự bảo hộ đích thực cho chúng ta.

Do đó, khi ta nói về các giai đoạn của con đường tu tập, thì con đường tu tập chính là những tiến trình như vừa nói trên.

Vì trạng thái rốt ráo của quả Phật là một trạng thái thanh tịnh viên mãn của tâm thức, nên khi chúng ta tu tập tức là đang trong tiến trình tịnh hóa những điều bất thiện trong tâm thức. Để phát khởi một con đường tu tập chân chính và đạt đến sự chấm dứt khổ đau thực sự như vậy trong tâm thức, thì ngay cả ở mức độ thông thường của chúng ta, điều quan trọng là phải loại bỏ các cảm xúc phiền não ở mức độ thô trược hơn cùng với những hành vi ứng xử bất thiện do chúng gây ra. Chúng ta phải tăng tiến hết thảy mọi phẩm tính hiền thiện và loại bỏ

Other qualities like love and compassion contribute to removing it, but do not directly eradicate these negative imprints or seeds.

When we meditate continuously on the wisdom understanding emptiness, the clarity of our understanding gradually increases. To start with we are unable to understand the nature of the object correctly, because our minds are obscured by ignorance. To counter that, we familiarize our minds with the wisdom understanding emptiness. When we attain the non-dualistic path of a superior being, it is called the true path. The total cessation of disturbing emotions within your mind is called the true cessation. It is also called the true Dharma, which is our real protector.

Therefore, when we talk about the stages of the path, this is the path.

Since the ultimate state of Buddhahood a state of complete purification of the mind, while we are training, we enter into the process of purifying the mind of negativities. In order to generate such a true path and true cessation within our minds, even at our ordinary level it is important to remove the grosser levels of disturbing emotions and the negative conduct that is induced by them. We

hết thảy mọi điều bất thiện. Sự thực hành như thế được gọi là con đường tu tập. Bản văn *"Yếu lược các giai đoạn* trên *đường tu giác ngộ"* không giảng giải các quy tắc khác nhau trên đường tu tập như thế một cách tùy tiện. Bản văn giảng giải con đường tu tập theo một trật tự có hệ thống. Do đó mới gọi là các giai đoạn trên đường tu tập.

Ngay cả khi quý vị chỉ vừa đến với giai đoạn đầu tiên trên đường tu tập, được gọi là giai đoạn tích lũy [tư lương], cũng đã có nhiều phương pháp tu tập khác nhau tùy thuộc vào sự sáng suốt tinh thần của quý vị. Tiến trình hành thiền cũng khác nhau. Bản văn *"Yếu lược các giai đoạn trên đường tu giác ngộ"* giải thích một cách hệ thống loại thiền nào cần phải tu tập trước nhất, loại nào tiếp theo v.v... Do đó mà được gọi là các giai đoạn hay trình tự của con đường tu tập. Trong một ý nghĩa thì tất cả những lời Phật dạy và các luận giải [của chư tổ] có thể được phân loại như các giai đoạn trên đường tu tập, bởi vì chúng giải thích các cấp độ khác nhau của con đường tu tập. Nhưng việc sử dụng thuật ngữ *"các giai đoạn trên đường tu tập"* chỉ thực sự được biết đến từ sau Ngài A-đề-sa.

Chủ đề chính của những giáo pháp này là sự phát tâm Bồ-đề. Đây là một phần giáo pháp Đại thừa. Khi quý vị thiền quán về các giai đoạn trên đường tu tập theo Đại thừa, các giai đoạn ấy đều dựa trên nền tảng các giai đoạn của con đường tu tập theo các thừa kiến lập. Giáo pháp Đại thừa thuộc về

should promote all positive qualities individually and remove all negativities individually. That practice is called the path. The Stages of the Path does not explain these different rules of the path at random. It explains the path in a systematic order. Therefore, it is called the stages of the path.

Even in achieving the first path, which is called the path of accumulation there are different techniques depending upon your mental intelligence. The process of meditation also differs. The Stages of the Path explains systematically what kind of meditation you should do first, second and so forth. Therefore, it is called stages or order of the path. In one sense all the words of the Buddha and the commentaries on them can be categorized as stages of the path, because they explain the different levels of the path. But the usage of this term, Stages of the Path, actually came into existence after Atisha.

The main subject of these teachings is the generation of the awakening mind. It is a great vehicle teaching. When you meditate on the stages of the path of the great vehicle, they are based on the stages of the path of the foundational vehicles. The great vehicle teaching is of two categories, Sutra and Tantra. Sutra teachings explain the generation of

hai nhóm: Kinh điển và Mật điển. Giáo pháp trong Kinh điển giảng giải về sự phát tâm Bồ-đề và thực hành Bồ Tát hạnh, tức là sáu pháp Ba-la-mật. Mật thừa được thuyết giảng dựa trên cơ sở đó.

Như vậy, trọng tâm của bản văn *"Yếu lược các giai đoạn trên đường tu giác ngộ"* là về sự phát tâm Bồ-đề. Các chủ đề có mô tả trong các thừa kiến lập cũng được giảng giải như các pháp tu chuẩn bị. Sau đó, trong phạm vi giáo pháp Đại thừa giảng giải về sáu pháp Ba-la-mật thì quan trọng nhất là sự tu tập *định* và *tuệ*. Chính trên những nền tảng này mà chúng ta hành trì Mật điển như một pháp tu tối thượng.

Con cúi lạy Đấng tôn quý nhất của dòng Thích-ca

Người mà Thân được hình thành từ muôn ngàn thiện hạnh

Người mà Khẩu ban phát hy vọng cho vô lượng chúng sinh

Người mà Ý thấu hiểu vạn pháp đúng thật như như.

Con cúi lạy các ngài Văn-thù và Di-lặc,

Những Pháp vương tử của Đấng Vô thượng Đạo sư,

Phóng quang hiển lộ trong vô lượng quốc độ,

the awakening mind and engaging in the practices of a bodhisattva, the practice of the six perfections. Based on that, the vehicle of Tantra is explained.

So the main focus of the Stages of the Path is on the generation of the awakening mind. As preliminary practices the topics described in the foundational vehicle are also explained. Then within the great vehicle teachings, that explain the practice of the six perfections, the most important are practices of calm abiding and special insight. It is on the basis of these that we engage in the practice of Tantra as a sort of ultimate practice.

I bow down to the greatest of the Shakyas,

Whose body is formed by ten million perfect virtues,

Whose speech fulfills the hopes of limitless beings,

Whose mind perceives everything as it is.

I bow down to Manjushri and to Maitreya,

The noblest sons of that peerless teacher,

Whose emanations appear in innumerable fields,

Thừa hành Phật sự, xiển dương Chánh giáo Phật-
đà.

Con cúi lạy dưới chân các ngài Long Thụ và Vô
Trước

Ân sủng ngập thế gian, danh tiếng khắp ba cõi,

Từ sự chứng nghiệm diệu nghĩa đã viết nên luận
giải

Cực kỳ thâm sâu về "Chánh pháp Bát-nhã mà từ
đó chư Phật được sinh ra".

Con cúi lạy ngài A-đề-sa, người nắm giữ kho tàng
giáo pháp

Đã tóm lược đầy đủ và không hề sai lệch các điểm
chính yếu

Của con đường tu tập chánh kiến thâm sâu và
pháp hành quảng đại,

Được truyền lại trung thực từ hai vị khai sáng vĩ
đại là Long Thụ và Vô Trước.

Con kính cẩn cúi lạy các bậc thầy tâm linh,

Là mắt sáng giúp con đọc được vô số Kinh điển

Là con đường tốt nhất đưa kẻ hữu duyên qua bờ
giác ngộ

Phát khởi từ lòng bi mẫn, các Ngài thiện xảo soi
sáng [con đường tu tập cho chúng sinh].

Trong các cấp độ khác nhau về giáo pháp Kinh
điển, thâm diệu nhất là giáo pháp về tuệ giác thấu

Taking on the task of the Conqueror's deeds

I bow at the feet of Nagarjuna and Asanga,

Adorning this world, famed throughout the three realms,

Who, in the sense intended, wrote commentaries

On the 'Mother of the Conquerors', so hard to fathom.

I bow to Dipamkara, who held a treasury of instructions,

Summarizing without error all the main points

Of the paths of the profound view and extensive conduct,

Passed down faithfully from these two great trail-blazers.

I bow with respect to the spiritual teachers,

The eye through which to see the myriad scriptures,

The best gateway to liberation for the fortunate.

Moved by compassion, they skillfully illuminate.

Of the different levels of Sutra teaching, the most profound is the teaching on the wisdom

hiểu tính Không. Nói chung, *"Yếu lược các giai đoạn trên đường tu giác ngộ"* được phân loại như một bản văn về Bát-nhã Ba-la-mật-đa. Do đó, nguồn tham chiếu chính của bản văn này về các lời dạy của Phật là bộ kinh Đại Bát-nhã Ba-la-mật-đa. Dĩ nhiên là khi giảng giải về tính Không thì các giai đoạn trên đường tu tập cũng được giảng giải. Bản văn này chủ yếu dựa trên các tác phẩm của các vị khai sáng vĩ đại người Ấn Độ là Vô Trước và Long Thụ, vốn là những người tự viết ra luận giải mà không dựa vào công trình của các học giả khác. Ngài Long Thụ đặc biệt tập trung vào ý nghĩa của tính Không, trong khi ngài Vô Trước tập trung vào việc giải thích các giai đoạn trên đường tu tập.

Tác phẩm chính của ngài Long Thụ là Căn bản Trung quán Luận tụng. Các đệ tử chính của ngài là Thánh Thiên với tác phẩm Tứ bách Kệ tụng, và Nguyệt Xứng. Dĩ nhiên còn có ngài Thanh Biện, nhưng khi xét về khía cạnh giải thích chi tiết và thuyết phục thì luận giải của ngài Nguyệt Xứng được xem là một trong các bộ luận xuất sắc nhất.

Truyền thống giảng giải về các giai đoạn trên đường tu tập bắt đầu từ ngài Vô Trước rồi đến ngài Thế Thân v.v... Cả hai dòng truyền thừa này được ngài A-đề-sa lĩnh hội nguyên vẹn. Mặc dù ngài có vô số môn đệ, nhưng do lời nguyện của ngài trong quá khứ nên đại sư Dromton Gyalwai Jungney, một người du mục Tây Tạng, trở thành đệ tử chính của ngài. Vị này là một cư sĩ và là một đại học giả. Sáu

understanding Emptiness. Generally the Stages of the Path is categorized as a text on the perfection of wisdom. Therefore, its main source of reference among the words of the Buddha is the Perfection of Wisdom Sutras. Of course, when emptiness is being explained, the stages of the path are also explained. The Stages of the Path is mainly based on the texts of the great Indian pioneers, Asanga and Nagarjuna, who wrote their own commentaries without depending on the works of other scholars. Nagarjuna especially focused on the meaning of emptiness and Asanga focused on explaining the stages of the path.

Nagarjuna's principal work is the text called Root Wisdom. His main disciples were Aryadeva, who composed the wonderful text the Four Hundred Verses, and Chandrakirti. Of course, there was Bhavaviveka too, but when it comes to conclusive and detailed explanation, Chandrakirti's commentary is one of the most excellent texts.

For the explanation of the stages of the path we have the tradition coming from Asanga to Vasubandhu and so forth. Both these traditions were received intact by Atisha. Although he had countless disciples, because of his past prayers the great master Dromton Gyalwai Jungney, a Tibetan nomad, was Atisha's main disciple. He was an upasaka and a great scholar. The six teachings of

giáo pháp của phái Kadam, vốn chủ yếu dựa trên phương thức giảng giải sâu rộng hơn, là do ngài truyền xuống. Rồi có dòng truyền thừa đặc thù bởi cách giáo huấn mà về sau này được gọi là truyền thừa ba nhánh của phái Kadam. Và từ ngài A-đề-sa xuất hiện việc trực tiếp khẩu truyền.

Bản văn "Yếu lược *các giai đoạn* trên *đường tu giác ngộ*" do ngài A-đề-sa khởi soạn. Các pháp tu trước đời ngài A-đề-sa được gọi là các tu tập cựu Kadam và các pháp tu từ đời ngài A-đề-sa trở đi được gọi là truyền thừa Tân Kadam. Chẳng hạn như tác phẩm *"Bảy Kho tàng"* của ngài Longchenpa vĩ đại có giảng giải về các giai đoạn trên đường tu tập. Tương tự, các trường phái Phật giáo Tây Tạng khác cũng giảng giải về các giai đoạn trên đường tu tập. Pháp tu thanh lọc tâm thức của phái Nyingma chỉ có thể thực hành được trên nền tảng vượt qua các giai đoạn trên đường tu tập. Tác phẩm *"Khẩu truyền của Lạt-ma"* cũng thuyết giảng về toàn bộ các giai đoạn trên đường tu tập. Cũng giống vậy, ngài Dvagpo Lharje, vốn được xem là một trong những đệ tử xuất sắc nhất của ngài Milarepa, giảng thuyết về các giai đoạn trên đường tu tập trong tác phẩm *"Giải thoát trang nghiêm bảo luận"*. Ba Truyền thống và Ba Thị kiến của phái Sakya cũng thuyết giảng về các giai đoạn trên đường tu tập. Mặc dù từ ngữ sử dụng có thể khác nhưng tất cả các bộ phái hay truyền thống Phật giáo Tây Tạng khác nhau đều có thuyết giảng về các giai đoạn trên đường tu tập. Dĩ nhiên là có nhiều cách để thuyết giảng. Ngay cả trong chính

the Kadampa, which are mainly based on a more extensive mode of explanation, were passed down by him. Then there is the tradition distinguished by the kind of instruction, which was later called the threefold tradition of the Kadampa. And from Atisha there came the ear-whispered transmission.

The Stages of the Path started with Atisha. The Kadampa practices earlier than Atisha are called the ancient Kadampa practice, while those that come from Atisha are called the new Kadampa transmission. For example, the Seven Treasures of the great Longchenpa explain the stages of the path. Similarly, other Tibetan Buddhist schools also explain the stages of the path. Practice of the great breakthrough of the Nyingma tradition is possible only on the basis of the stages of the path. The text called the Oral Transmission of the Lama explains the entire stages of the path. Similarly Dvagpo Lharje, who is regarded as one of the greatest disciples of Milarepa, also explains the stages of the path in his Jewel Ornament of Liberation. The Three Traditions and Three Visions in the Sakya tradition also explain the stages of the path. All these different Tibetan schools or traditions, even they use different terminology, they all explain the stages of the path. Of course, there are different ways of explaining it. Even in the texts of Je Tsongkhapa,

các bản văn của ngài Tsongkhapa cùng mang tên *"Các giai đoạn trên đường tu tập"* thì trật tự sắp xếp trong các bản Quảng luận và Lược luận cũng hoàn toàn khác với bản yếu lược này. Và còn có một phiên bản khác nữa nằm trong tác phẩm *"Luyện tâm tựa ánh thái dương"*.

Trước tiên, chúng ta thực hành các pháp tu cơ bản mà nội dung là quán chiếu về khổ đau và quyết tâm thoát khổ. Đề mục này, dành cho hành giả sơ cơ, bao hàm toàn bộ pháp tu cho một người tùy theo mức độ thông minh và căn cơ của người ấy. Sau giai đoạn tu tập ban đầu, nếu tiếp theo người ấy được nghe về mối quan hệ nhân quả thì xem như người ấy đã nhận được trọn vẹn một pháp môn tu tập. Tương tự như vậy, ở trình độ trung đẳng, sau khi đã tu tập phát tâm cầu giải thoát, nếu người này chỉ muốn thực hành pháp tu xả ly thì toàn bộ tiến trình từ bỏ luân hồi sẽ được thuyết giảng.

Theo cách thuyết giảng về các giai đoạn trên đường tu tập như thế này, thì dựa trên sự tu tập của từng cá nhân, cho dù quý vị là người thuộc hàng hạ căn, trung căn hay thượng căn, cũng đều sẵn có các pháp tu bổ sung đặc biệt để hành trì. Do đó, mặc dù *"Các giai đoạn trên đường tu tập"* thuyết giảng về các pháp tu dành cho một cá nhân ở mức độ sơ cơ, nhưng mục đích là dẫn dắt cá nhân đó tiến lên trình độ trung đẳng và kế tiếp là trình độ cao hơn nữa. Nhưng nếu một người không đủ khả năng để hành trì trọn vẹn các pháp tu tập có hệ thống này,

the order of the Great Exposition and the Middling Exposition are quite different from what we have here in this abridged version of the Stages of the Path. And there is another version in the Mind Training like the Rays of the Sun.

We first engage in practices of the foundational level, which involve thinking about suffering and the determination to be free of it. That topic for the individual of initial aptitude contains the complete path for that kind of person, based on his or her intelligence and aptitude. Having trained in the practices of the initial level, if he or she next hears about the relationship between cause and effect, then that person has one whole practice. Similarly at the middle level, after having trained in the generating a determination to be free, if he or she simply wants to do the practice of renunciation, the whole process of renouncing cyclic existence is available.

According to this method of explaining the stages of the path, based on training the individual, whether you are a person of initial, middling or great capacity, there are special supplements to practice. Therefore, even though the Stages of the Path explains the practices to be done by an individual at the initial level, the aim is to lead that individual to the middle level and then on to the greater level. But if a person does not have the capacity to engage into all this systematic practice,

thì người đó cũng có thể tìm thấy riêng một phần giáo pháp trọn vẹn cho sự tu tập ở trình độ sơ đẳng.

Lần đầu tiên tôi nhận được bản *“Chứng đạo ca”* (hay *“Yếu lược các giai đoạn trên đường tu giác ngộ”*) này từ ngài Taktra Rinpoche. Sau đó, tôi nhận được một bản luận giải về bản văn này từ ngài Ling Rinpoche và một bản luận giải khác từ ngài Trijang Rinpoche. Do đó, tôi có được ba bản luận giải từ ba bậc thầy khác nhau.

Khi giảng giải về sự vĩ đại của giáo pháp, chánh văn viết:

Giáo pháp về các giai đoạn trên đường tu giác ngộ

Được trao truyền nguyên vẹn từ các ngài Long Thụ và Vô Trước,

Xuống đến các bậc thầy tôn quý nhất trong các bậc thầy uyên bác của thế gian

Là những vị vang lừng danh tiếng, nổi bật nơi trần thế.

Các giáo huấn này là báu vật trân quý nhất với uy lực vô song,

Vì đáp ứng được mọi ước nguyện của muôn loài trong chín cõi.

Các giáo huấn này là đại dương của những thuyết giảng tuyệt hảo,

Vì là nơi hội tụ của ngàn dòng sông Pháp bảo .

then he or she can find a complete practice in the teaching of the initial level alone.

I received this Song of Experience or Abridged Stages of the Path to Enlightenment first from Taktra Rinpoche. After that I received one commentary from Ling Rinpoche and one commentary from Trijang Rinpoche. So, I received three commentaries from these three different masters.

In explaining the greatness of the teaching, the text says:

These stages of the path to enlightenment have come down

Intact from Nagarjuna and Asanga,

Crown jewels among the wise of the world,

Banners of fame, preeminent among living beings

These instructions are a powerful king of jewels,

Since they fulfill all wishes of those in the nine states.

They are a glorious ocean of excellent explanation,

For they bring together a thousand rivers of good scriptural statements.

Giáo pháp về *"Các giai đoạn trên đường tu giác ngộ"* được truyền đến chúng ta qua các ngài Long Thụ và Vô Trước, đáp ứng được hy vọng và ước nguyện của vô lượng chúng sinh. Giáo pháp này đáp ứng cả những ước nguyện nhất thời cũng như ước nguyện tối hậu của chúng ta là sự thành tựu quả Phật. Tất cả các giai đoạn tu tập, từ [lúc bắt đầu] thực hành quán tưởng thân người là quý hiếm cho đến khi thành tựu quả Phật đều được thuyết giảng trong *"Các giai đoạn trên đường tu giác ngộ"*, hay ba căn cơ tu tập. Giáo pháp này được xem như báu vật trân quý vì đáp ứng được ước nguyện của mọi chúng sinh. Bản văn *"Các giai đoạn trên đường tu giác ngộ"* chứa đựng các pháp tu tinh yếu của các giáo pháp lớn, trong đó có cả lời Phật dạy và luận giải của các vị đạo sư vĩ đại. Do đó, nó được xem như một đại dương mênh mông, nơi hội tụ của nhiều dòng sông.

> *Thông qua giáo pháp này, ta sẽ thấy trong lời Phật dạy không bao giờ có sự mâu thuẫn,*
>
> *Sẽ biết cách rút ra từ Kinh điển những giáo huấn cho riêng mình.*
>
> *Sẽ dễ dàng nhận biết Thánh ý [trong Kinh điển],*
>
> *Và được bảo hộ không rơi vào hố thẳm của sai lầm nghiêm trọng.*

Sự vĩ đại của giáo huấn trong cuốn *"Các giai đoạn trên đường tu giác ngộ"* là ở chỗ nó thâu tóm được tất cả giáo huấn tinh yếu của các bậc đạo sư vĩ đại kể từ đức Phật, nên giúp ta hiểu được tính nhất

These stages of the path to enlightenment, which come down to us through Nagarjuna and Asanga, fulfill the hopes and wishes of countless sentient beings. They fulfill both our temporary wishes and the ultimate wish, which is the attainment of Buddhahood. All the stages of practice from the practice of thinking about the preciousness of human life up to the attainment of Buddhahood are explained in the Stages of the Path or the three levels of practice. Since it fulfils the wishes of sentient beings, it is like a precious jewel. The Stages of the Path contains all the essential practices of the great teachings, both the words of the Buddha and the commentaries of the great spiritual masters. Therefore, it is like a great ocean into which many rivers flow.

You will know that the teachings are without contradictions;

How to take all the scriptures as personal instructions;

You will easily discover the Conqueror's intentions,

and will also be protected from the abyss of great error.

The greatness of the Stages of the Path teaching is that since it condenses all the essential teachings of the great spiritual masters right from the Buddha,

quán, không mâu thuẫn của tất cả các giáo huấn dành cho nhiều trình độ khác nhau. Tất cả những giáo huấn này là những lời dạy hữu ích giúp ta có thể dễ dàng hiểu được dụng ý của đức Phật Thích-ca Mâu-ni [trong Kinh điển].

Những cách giảng giải khác nhau trong giáo lý của đức Phật và trong các luận giải khác nhau là nhằm đáp ứng nhu cầu của người tu học hay các chúng sinh khác nhau. Thoạt nhìn qua thì ta có thể thấy như các giáo pháp này có sự mâu thuẫn nhau về mặt ngôn từ. Và nếu chúng ta không thấu hiểu một cách sâu xa những ý nghĩa vốn có, ta có thể có ấn tượng rằng một phần trong các giáo pháp này cần phải tu tập, nhưng có những phần khác thì không. Chúng ta có thể cảm thấy như các vị đạo sư này đã mâu thuẫn với nhau.

Nhưng khi chúng ta tuần tự tu tập theo lời dạy trong bản văn *“Các giai đoạn trên đường tu giác ngộ”*, từ cách nương tựa vào một bậc thầy tâm linh cho đến sự thành tựu của một vị Phật, chúng ta sẽ nhận ra rằng các giáo pháp được trình bày thành ba giai đoạn tu tập là nhằm giúp đỡ các hành giả có khuynh hướng tinh thần khác nhau tùy thuộc vào những khả năng khác nhau. Tất cả các mức độ khác nhau trong giáo pháp đều cần phải tu tập, nhưng ta có thể khởi đầu từ mức độ nào phù hợp với tâm thức của mình.

Thêm vào đó, ta có thể thấy rằng tất cả những giáo pháp này đều là những lời giáo huấn quý báu.

we can understand the non-contradictory spirit of all these different levels of teachings. All these different teachings are useful instructions through which we can easily find the intention of Buddha Shakyamuni.

The different explanations that we find in the teaching of the Buddha and in the different commentaries were given to address the needs of different students or different sentient beings. At first glance, we may find these teachings to be literally contradictory. And if we are unable to fathom the intrinsic meaning of these teachings, we might get the impression that some of these teachings are to be practised and some are not. We might feel that these masters contradict each other.

But when we gradually work through the practice of the Stages of the Path, from how to rely on a spiritual teacher to the attainment of a Buddha, we find that the teachings are presented in three stages to help practitioners of different mental attitudes according to their different capacities. All the different levels of teachings are to be practised, but we can start from the level which is suitable to our minds.

In addition we can see all these teachings as great instructions. Whether they belong to the

Cho dù có thuộc về Kinh điển hay Mật điển, chúng ta đều thấy rằng những giáo pháp này không hề mâu thuẫn nhau. Chúng ta còn có những tác phẩm khác nữa, như cuốn *"Kho tàng Tri thức"* vốn giải thích bản chất đa dạng ở những mức độ khác nhau của các pháp và *"Hiện quán Trang Nghiêm Luận"* giảng giải các tầng bậc khác nhau trên con đường tu tập. Khi xem qua những tác phẩm khác nhau này, ta có thể có cảm tưởng rằng một số trong những giáo pháp này nhắm đến thực hành và một số khác chỉ nhằm mục đích học thuật. Điều này cho thấy rõ là ta đã không có khả năng xem toàn bộ Kinh điển như các chỉ dẫn hay giáo huấn quý báu. Nhưng khi chúng ta học qua một tác phẩm như *"Các giai đoạn trên đường tu giác ngộ"*, ta sẽ có khả năng thâu tóm toàn bộ các giáo pháp này lại với nhau và nghĩ đến từng dòng cụ thể trong giáo pháp đều sẽ là hữu ích cho một kinh nghiệm nhất định nào đó. Do đó, quý vị sẽ có khả năng xem tất cả các giáo pháp này đều như là các lời khuyên dạy hay giáo huấn quý báu cho sự tu tập của chính mình.

Việc hiểu rõ các giai đoạn khác nhau trên đường tu tập là nền tảng của sự chứng ngộ đúng hướng. Do đó, lý do thứ ba minh chứng cho tính vĩ đại của tác phẩm này là, thông qua đó ta có thể dễ dàng thấy được tư tưởng rốt ráo của đức Phật. Thông qua việc tu tập, chúng ta đạt được sự chứng ngộ và vì vậy càng tăng thêm niềm tin vào tính xác thực trong tư tưởng của đức Phật. Khi niềm tin tưởng như thế được phát triển, chúng ta sẽ tự động từ bỏ lối sống

Sutras or Tantras, we find that these teachings do not contradict each other. We have different texts like the Treasury of Knowledge, which explains the diverse nature of different levels of phenomena and the Ornament for Clear Realization, which explains the different levels of the path. Looking at these different texts, we might get the feeling that some of these teachings are meant for experience and some are meant only for scholarship. This is a clear indication of being unable to see all the scriptures as great instructions or advice. But if we study a text like the Stages of the Path, we will be able to collect all these teachings together, thinking that this particular line of teaching is useful in relation to this or that kind of experience. Therefore, you will be able to see all these teachings as great instructions or advice for your experience.

Good understanding of the different stages of the path is the basis for correct realization. Therefore the third reason that the Stages of the Path is great is that through it we can easily find the ultimate thought of the Buddha. By practising it we gain realization, through which we increase our conviction in the authenticity of the thought of the Buddha. When we develop such a conviction, we will automatically discard our negative way of life

xấu ác và sẽ vô cùng tôn kính đối với giáo pháp của Đức Phật, dù chỉ là với một chữ thôi.

Vậy có bậc trí giả nào lại không say mê nghiền ngẫm

Giáo pháp về các giai đoạn trên đường tu giác ngộ, dành cho cả ba loại căn cơ,

Là Giáo pháp tối thượng được sự quy ngưỡng

Của biết bao bậc trí giả hữu duyên ở hai vùng Tạng, Ấn.

Do nội dung bản văn *"Các giai đoạn trên đường tu giác ngộ"* được sắp xếp một cách hệ thống nên việc tu tập [theo đó] thật dễ dàng. Đây là một trong những lý do giải thích sự vĩ đại của giáo pháp này. Do đó, các đại học giả Ấn Độ và Tây Tạng đều dựa trên giáo huấn tối thượng này. Vậy nên, [trong bản văn] ngài Tsongkhapa hỏi rằng, liệu có thể nào một người tự cho mình là hàng trí giả mà lại không say mê giáo pháp *"Các giai đoạn trên đường tu giác ngộ"* này? Một người có những chủng tử thiện nghiệp mạnh mẽ trong tâm thức thì có thể không cần phải tuần tự đi qua tất cả các giai đoạn khác nhau của đường tu, vì đối với họ chỉ cần một chút nhân duyên là có thể dẫn đến những thành tựu chứng ngộ nhất định. Nhưng tiến trình chung [cho đa số] là phải tu tập tuần tự theo như trình bày trong *"Các giai đoạn trên đường tu giác ngộ"*.

Sau đó, chánh văn giải thích cách truyền bá cũng như lợi ích của việc nghe và giảng giáo pháp này.

and will treat even one letter of the teaching of the Buddha with great respect.

Then what intelligent person would not be enthralled by

These stages of the path of the three kinds of people,

the superlative instructions, followed by many of good fortune,

Wise individuals of both India and Tibet?

Because the Stages of the Path have been arranged systematically, it is easy to practice. These are some of the reasons why the Stages of the Path teaching is great. Therefore, the great scholars of Tibet and India relied on this supreme instruction. Then Tsongkhapa asks whether it is possible for someone to claim to be intelligent without being attracted to the Stages of the Path. Someone who has very strong positive karmic imprints within his or her mind may not have to work through all these different stages of the path, for them a slight causal condition might induce certain realizations. But the general procedure is to do the practice in accordance with the Stages of the Path.

Next it explains how to impart this teaching and the benefits of listening to and explaining this teaching.

Chắc chắn con sẽ tích lũy mạnh mẽ vô vàn lợi lạc

Của việc giảng giải hay lắng nghe những giáo pháp sâu mầu,

Nhờ vào chỉ một lần giảng giải hay lắng nghe bản giáo pháp rút gọn này,

Tóm lược tinh yếu của tất cả Kinh điển - nên hãy suy ngẫm về điều đó.

Vì *"Các giai đoạn trên đường tu giác ngộ"* là bản tóm lược tất cả các giáo pháp vô cùng tuyệt diệu, nên nếu ta tụng đọc hay lắng nghe giáo pháp này dù chỉ một lần thôi, ta cũng sẽ tích lũy được vô vàn công đức từ việc đó. Do đó, ta cần lắng nghe hay truyền bá giáo pháp này với mục đích là chuyển hóa tâm thức mình. Chúng ta phải quay lại xem xét lỗi lầm nơi tự thân và suy nghĩ đến việc chuyển hóa khuynh hướng tinh thần của chính mình để đạt đến quả Phật. Nếu không thì bất kể việc tất cả các cấp độ thâm sâu của giáo pháp này là để chuyển hóa tâm thức, nhưng chúng ta cũng chỉ có thể trở thành các học giả lớn mà thôi. Những giáo pháp này sẽ trở thành những kiến thức học thuật thuần túy không tác động được gì đến tâm thức. Kết quả là ta sẽ không có khả năng thực hiện bất kỳ một sự chuyển hóa nào trong tâm thức.

Do đó, khi chúng ta lắng nghe hay truyền bá những giáo pháp như thế này, điều quan trọng là ta phải làm điều đó với một động cơ đúng đắn, hoàn hảo. Việc nghe giảng Pháp là quan trọng. Cũng có thể chỉ cần đọc bản văn thôi là ta nhận hiểu được,

Since it's certain you powerfully accumulate all the benefits

Of explaining or hearing the excellent teachings, by just once teaching or listening to this concise version,

Summarizing the essence of all the scriptures - think about it!

Since the Stages of the Path is an abbreviation of all the great excellent teachings, if we recite this teaching just once or listen to it once, we will accumulate the extensive merit to be derived from giving or hearing all those teachings. Therefore, we should listen to or impart this teaching with the intention of transforming our minds. We should point our finger at ourselves and think of transforming our own mental attitude to attain Buddhahood. Otherwise, despite all these extensive levels of teachings being given to transform the mind, we could simply become great scholars. These teachings will become mere academic knowledge that will not touch the mind at all. As a result we will not be able to make any transformation within our minds.

Therefore, when we listen to or impart such teachings, it is important that we do so with a correct motivation, free of all faults. Listening to the teaching is important. It is also possible that by simply reading the text we will understand it, but

nhưng nếu lắng nghe sự giảng giải của một vị lạt-ma nhiều kinh nghiệm thì kinh nghiệm của ta sẽ phong phú hơn. Việc chuyển hóa tâm sẽ cực kỳ hiệu quả. Do đó, trong khi nghe giảng Pháp quý vị không nên giống như một cái bình úp ngược, một cái bình dơ bẩn hay một cái bình thủng đáy. Quý vị cũng phải phát khởi sáu tâm trạng tích cực, chẳng hạn: quán niệm mình như người bệnh, giáo pháp như thuốc chữa bệnh, vị thầy như bác sĩ v.v...

Vị lạt-ma phải giảng Pháp với động cơ đúng đắn. Vị này càng quan tâm đến việc truyền pháp bao nhiêu thì thành tựu của chính bản thân ngài sẽ càng to lớn bấy nhiêu. Giảng Pháp cho người khác không giống như việc tự đọc giáo pháp một mình. Đôi khi quý vị có thể đọc lướt nhanh qua bản văn nhưng không có được sự nhận hiểu rõ ràng. Nếu quý vị sẽ giảng giải bản văn ấy cho ai đó thì quý vị nhất thiết phải thận trọng hơn [khi đọc]. Quý vị sẽ đạt đến sự thấu suốt rõ ràng một số điều mà trước đó quý vị không thể hiểu được. Tôi đã gặp nhiều vị geshe[2] tài ba chỉ đạt đến sự chứng ngộ sau khi đã nhận được học vị, nhờ vào việc dành thời gian giảng giải kinh văn cho học trò. Dù quý vị có cung kính đi nhiều hoặc lễ lạy được hay không thì điều quan trọng hơn vẫn là phải thật lòng giảng giải ý nghĩa kinh luận cho học trò. Việc này hữu ích hơn. Sau đó, khi kết thúc buổi giảng nên hồi hướng mọi công đức về cho sự lợi lạc của tất cả chúng sinh.

if we listen to an experienced lama's explanation, it will enhance our own experience. It will be extremely effective for transforming the mind. So, while actually listening to the teaching you should not be like a pot turned upside down, or like a dirty pot, or like a pot with a leaky bottom. You should also generate the six kinds of positive feeling such as imagining yourself as a sick person, the Dharma as medicine, the teacher as a physician and so forth.

The lama should explain the teaching with right motivation. The more he cares about conveying the teaching, the greater will be his own realization. Teaching a text to someone else is different from reading it alone by yourself. Sometimes, when you read it alone, you may gallop through the text, but fail to get a clear understanding. If you are explaining it to someone, you have to be more careful. You will gain clear insight into certain things you were unable to understand before. I have found many great geshes who became realized after becoming a geshe, because they spent their time explaining texts to their students. Whether you are able to do circumambulations or prostrations or not, what is more important is to sincerely teach the meaning of the texts to students. That is more beneficial. Then, at the end you should dedicate all the virtuous qualities you have accumulated for the benefit of all sentient beings.

Điểm kế tiếp là cách nương tựa thiện tri thức. Nương theo bậc thiện tri thức được xem là cơ sở của việc tu tập theo *"Các giai đoạn trên đường tu giác ngộ"*. Nếu đã có được nền tảng này thì phần tu tập còn lại sẽ thành công. Chánh văn dạy rằng:

Căn bản để thiết lập một duyên lành vững chắc

Cho vô vàn những điều tốt đẹp của hôm nay và mai sau

Là tinh tấn nương theo đúng mực những tư tưởng và hành vi

Của những bậc thiện hữu tri thức tuyệt hảo, là người chỉ bày cho ta con đường tu tập.

Thấy được điều này, dù mất mạng cũng không bao giờ rời bỏ các bậc thiện tri thức

Và dâng lên món quà để các vị hoan hỷ, là thực hành theo những gì được chỉ dạy.

Bậc Thầy thiêng liêng tôn kính của ta đã làm như thế,

Và người cầu tìm giải thoát như ta cũng sẽ làm theo như thế.

Bất kể ta đã có được những phẩm tính tốt đẹp tuyệt hảo nào trong kiếp này hay kiếp sau, thì việc nương theo bậc thiện tri thức cũng sẽ tạo ra một khởi đầu thuận lợi dẫn đến thành công trong giai đoạn tu tập tiếp theo. Nếu chúng ta có đủ các nhân và duyên cần thiết ngay từ lúc đầu thì đương nhiên là phần tu tập kế tiếp sẽ thành công. Và trừ phi tích

The next point is how to rely on the spiritual friend. Relying on the spiritual friend is referred to as the root of the practice of the Stages of the Path. If we have that as the basis, the rest of our practice will be successful. The text says:

The root which firmly establishes an auspicious connection

To a store of diverse good now and hereafter

Is, with effort, to rely properly in thought and deed

On the excellent spiritual friends who show you the path.

Seeing this, never give them up, even at the cost of your life,

And please them with the gift of doing what they instruct.

This is what my revered and holy teacher did,

And I, who seek liberation, will do likewise.

Whatever excellent qualities we experience in this life or the life hereafter, relying on the spiritual friend makes an auspicious beginning leading to success in our subsequent practices. If we have the necessary causes and conditions right at the beginning, it is natural that our subsequent practices will be successful. And unless we accumulate the

lũy được những nhân duyên đúng đắn lúc ban đầu, bằng không thì những kết quả mong muốn sẽ không thể đạt được. Đây là một quy luật tự nhiên. Nếu muốn đạt được thành công trong việc gì, thì quý vị phải hội đủ các nhân duyên [cho sự thành công đó]. Dù đó là sự phát triển khoa học hay tiến bộ kinh tế, thì kết quả đạt được đều phải nhờ vào việc trù liệu có hệ thống. Khi nói đến việc trù liệu có hệ thống, ý tôi là bất kể quý vị sẽ cần đến hay yêu cầu gì trong tương lai, quý vị đều phải có sự chuẩn bị tương ứng. Hãy làm theo từng bước thứ nhất, thứ hai, thứ ba - chuẩn bị tất cả các nhân duyên cần thiết theo một trình tự có hệ thống và rồi thực hiện chúng. Như vậy, quý vị sẽ đạt được kết quả mong muốn.

Sự thực hành Phật pháp chú trọng đến việc đạt được thành tựu trong những đời sau. Chúng ta chủ yếu tìm cầu hạnh phúc và sự bình an. Hạnh phúc và sự bình an có được nhờ thực hiện các nhân duyên đúng đắn. Chỉ hoàn toàn dựa vào sự cầu nguyện để mong được hạnh phúc và bình an thì quý vị sẽ không đạt được điều mong muốn.

Đây là vấn đề duyên sinh. Nếu quý vị thực sự mong muốn có được tất cả những phẩm tính tuyệt hảo cho cả đời này lẫn đời sau thì quý vị phải dựa theo quy luật duyên sinh. Một người nào đó trở thành bậc thiện tri thức cao quý không phải nhờ sự giàu có hay nổi tiếng. Quả Phật là điều mà chúng ta phải thành tựu trong tâm thức mình. Đây là một phẩm chất tinh thần. Phẩm chất tinh thần tối hậu này có được

correct causes and conditions in the beginning, the desired result will not be achieved. This is a kind of law of nature. If you want to achieve success in something, you must accumulate the causes and conditions. Whether it is scientific development or economic progress, it will be achieved through systematic planning. By systematic planning I mean that whatever you need or require in the future, you should prepare accordingly. Follow the first step, the second step, the third step - prepare all the necessary causes and conditions in their systematic order and implement them. Then you will achieve the result you seek.

Dharma practice is concerned with achieving success in our future lives. What we mainly seek is peace and happiness. Peace and happiness come about through effecting the right causes and conditions. Simply praying for peace and happiness will not bring you what you want.

This is a matter of dependent arising. If you really desire all the excellent qualities of this life and the life hereafter, you should follow the law of dependent arising. Someone becomes a sublime spiritual friend not because he or she is wealthy or renowned. Buddhahood is something we achieve within our minds. It is a mental quality. That ultimate mental quality is achieved through following the stages of

thông qua việc thực hành theo các giai đoạn trên đường tu hướng đến giác ngộ. Điều này có nghĩa là chúng ta dần dần loại bỏ các mức độ phiền não khác nhau và đạt được các mức độ phẩm tính khác nhau. Bậc thiện tri thức phải là người từng được lắng nghe giáo pháp miên mật và có kinh nghiệm tu tập thâm sâu. Nhưng nếu chỉ là một kẻ có danh nhưng không có kiến thức, hoặc có kiến thức nhưng chẳng có kinh nghiệm thực hành, thì người ấy sẽ khó mà dẫn dắt người khác.

Trong bản Đại luận cùng tên với bản văn này, ngài Tsongkhapa nói rằng, nếu quý vị thực sự muốn giúp người khác thuần hóa tâm của họ, thì trước hết quý vị nhất thiết phải tự thuần hóa chính tâm mình. Nếu quý vị không điều phục hay thuần hóa được tâm mình thì quý vị sẽ không thể thực sự giúp vào việc điều phục tâm của người khác. Việc điều phục tâm không thể đạt được qua một giai đoạn thực hành ngắn ngủi. Điều này đòi hỏi sự ổn định. Do đó, không thể thực hành việc luyện tâm hay điều phục tâm như thế chỉ trong vài ba ngày hoặc thậm chí là vài ba tháng. Điều này cần phải được thực hành trong nhiều năm dài. Khi quý vị chuyển hóa và điều phục tâm mình dần dần qua những nỗ lực như thế thì đó sẽ là một sự chuyển hóa đích thực, một sự điều phục tâm thức đích thực. Nếu quý vị không điều phục tâm mình một cách vững chãi và có hệ thống thì đôi khi quý vị có thể có được khả năng hành xử như thể là một người đã điều phục tâm rất tốt, bằng cách thực hành bố thí hay các pháp tu khác, nhưng

the path. This means that we gradually remove the different levels of disturbing emotions and achieve the different levels of qualities. The spiritual friend should have listened to the teachings extensively and should have extensive experience of their practice. But if he or she is someone who, despite having a name, has no knowledge, or is someone who has knowledge, but has no experience, he or she will find it difficult to guide other people.

Tsongkhapa says in the Great Exposition of the Stages of the Path that if you really want to help other people tame their minds, you must first tame your own mind. If you have not disciplined or tamed your own mind, you cannot really help discipline other people's minds. Disciplining the mind does not come about through very brief practice. It requires stability. So such training or disciplining the mind does not take place over a few days or even a few months. It should be done over many years. When you gradually transform and discipline your mind through such effort, it will be a real transformation, a real disciplining of the mind. If you do not discipline your mind in a steady systematic way, you may sometimes be able to behave as if you are very disciplined, by practising giving and so forth, but it will not be long-lasting. I am not saying that

điều đó sẽ không lâu dài. Tôi không nói rằng như vậy là vô ích, nhưng đó không phải là một sự chuyển hóa đích thực hay thực sự điều phục tâm ý.

Để điều phục tâm ý một cách toàn diện, điều quan trọng là phải thực hành liên tục. Chúng ta thấy có những người dường như đã điều phục tâm ý rất tốt và hành xử rất đúng đắn trong khoảng vài ba tháng, thậm chí là vài ba năm. Nhưng rồi sau đó họ lại hành xử rất tồi tệ, nên điều này chỉ rõ rằng họ đã không tu tập theo một trình tự có hệ thống. Kẻ thù của chúng ta, những cảm xúc phiền não, vô cùng láu lỉnh và tinh ranh. Hồi nhỏ, tôi nghe nói rằng phải hết sức thận trọng đối với loài rồng kẻo bị chúng theo rình rập khắp nơi và sẽ hãm hại ta khi có cơ hội. Dĩ nhiên, đó chỉ là một truyền thuyết. Điều có thật là các cảm xúc phiền não rất tinh khôn. Việc duy nhất chúng phải làm là gây tổn hại cho ta, hủy hoại và mang đau khổ đến cho ta. Chúng ta phải có khả năng khám phá bản chất của các cảm xúc phiền não này. Chúng ta dễ dàng nhận biết bản chất của những người khác, đồng loại của ta. Nếu một người nào đó mà chúng ta quen biết [có bản chất] tinh ranh hay dối trá, ta sẽ nhận biết điều đó ngay. Vậy chúng ta hãy cố gắng khám phá ngay trong các cảm xúc phiền não của ta chính cái khuynh hướng đó, thậm chí một khuynh hướng còn tồi tệ hơn nữa. Thật không sáng suốt khi ta chỉ ra được cách ứng xử tồi tệ của người khác nhưng lại không nhận thấy được ý niệm sai lầm về bản ngã và tính vị kỷ đang im lìm ngủ yên trong chính bản thân ta.

this is not useful, but that it is not a real transformation of the mind, a real disciplining of the mind.

In order to discipline your mind thoroughly, it is important to do continuous practice. We see people who seem to be very disciplined and very well behaved for a few months and even for a few years. But later on they behave very negatively, so this is a clear indication that they did not follow a systematic practice. Our enemies, disturbing emotions are extremely clever and cunning. When I was young, I was told that you have to be extremely careful about nagas, otherwise they watch you everywhere and whenever they find an opportunity they will harm you. Of course, that was just a story. What is true is that disturbing emotions are extremely clever. The only work they have to do is to harm us, to destroy us, to bring us suffering. We should be able to discover the nature of our disturbing emotions. We easily discern the nature of our fellow human beings. If someone we know is cunning or deceitful, we immediately note it. So let us try to discover the same tendency, even a worse tendency in the disturbing emotions. It is foolish that we point out the negative behaviour of other people, but overlook the misconception of self and self-centeredness that slumber peacefully within us.

Những phẩm hạnh nào làm nên một bậc thiện tri thức? Đại Thừa Trang Nghiêm Kinh Luận giảng giải mười phẩm hạnh mà một người giảng giải kinh điển cần phải có. Một bậc thiện tri thức như thế cần phải giữ tròn giới luật, phải hòa nhã, có kiến thức v.v... Ngài Tsongkhapa dạy rằng, nếu quý vị đi tìm một bậc thiện tri thức thì trước tiên quý vị phải khám phá các phẩm hạnh nào làm nên một bậc thiện tri thức. Nếu quý vị là một bậc thầy tâm linh và muốn thu nhận thêm đệ tử, thì quý vị phải tự xét xem mình đã có được các phẩm hạnh cần thiết hay chưa? Nếu quý vị không làm đúng như thế thì sẽ có những nguy cơ nhất định. Ban đầu, quý vị có thể nhận ai đó là bậc thiện tri thức [để nương theo] mà không xem xét những phẩm hạnh của người ấy, để rồi sau đó quý vị có thể sẽ phải quay lưng đi vì khinh ghét cung cách hành xử của họ, và điều đó là một nguy cơ cho cả hai.

Để khởi đầu tu tập, thay vì nhận ngay ai đó là bậc thầy tâm linh của mình và thọ lãnh giáo pháp từ người đó, thì khôn ngoan hơn là chỉ đơn thuần trò chuyện với người ấy thôi. Mặt khác, quý vị cũng có thể chỉ lắng nghe giảng Pháp từ một người nào đó mà không giao phó hoàn toàn bản thân mình cho người ấy. Sau một thời gian, sau khi đã xem xét các phẩm hạnh tốt đẹp của người này thì quý vị có thể yên tâm nhận đó là bậc thiện tri thức [để nương theo]. Lúc đầu, quý vị phải dò xét người thầy của mình. Chỉ khi nào quý vị chắc chắn được rằng mình có thể thực sự tin tưởng nơi người ấy thì mới nên nhận họ làm thầy.

What qualifies a spiritual friend? The Ornament of Sutras explains ten qualities that someone who teaches the Sutras should fulfill. Such a spiritual friend should be completely disciplined, peaceful, and knowledgeable and so forth. Tsongkhapa says that if you are looking for a spiritual friend, you should first discover the qualities that make a spiritual friend. If you are a spiritual teacher who wants to gather more disciples or students, you should examine whether you have the necessary qualities. If you don't do this, some risk is involved. You might initially take someone as your spiritual friend without analyzing his qualities and later on, disgusted with that person's behaviour, you might turn away from him of her, which involves a risk for you both.

To begin with, instead of accepting someone as a spiritual teacher and receiving teachings from him, it is advisable simply to talk with him or her. Otherwise, you can simply listen to teachings from a certain person without entrusting yourself completely to him or her. After some time, when you have examined his or her good qualities, you can safely take that person as your spiritual friend. To start with, you have to spy on your teacher. Only when you are sure you can really trust this person, should you accept him or her as your teacher. There

Có câu châm ngôn rằng, quý vị không nên nhận ai đó làm thầy như kiểu con chó chạy theo miếng thịt, [nghĩa là chỉ dựa theo bản năng và hoàn toàn không suy xét].

Một khi quý vị đã nhận ai đó làm thầy, thì cho dù nhận thấy có lỗi lầm nào đó nơi vị ấy, quý vị cũng đừng nên chú ý vào đó và cũng không nên nói với người khác. Hãy giữ một vị trí khách quan. Người ta còn nói rằng, quý vị nên xem mọi việc làm của bậc thiện tri thức đều là tốt đẹp. Điều này có một ý nghĩa cụ thể trong một hoàn cảnh cụ thể. Quý vị không nên nhận hiểu theo giá trị bề ngoài. Điều ấy được giải thích rõ ràng hơn rằng, nếu một bậc thiện tri thức nói ra điều gì đó hoàn toàn trái ngược với lời dạy chung của đức Phật, thì việc quý vị chất vấn vị ấy là hoàn toàn hợp lý. Nếu sự chỉ dẫn của vị đạo sư hoàn toàn mâu thuẫn với giáo pháp cơ bản của đức Phật thì quý vị có thể bỏ ngoài tai. Dĩ nhiên, nếu vị đạo sư của quý vị có phẩm hạnh tuyệt hảo nhưng những chỉ dẫn của ngài lại có sự mâu thuẫn với giáo lý chung của đức Phật theo một cách nào đó, thì quý vị nên trực tiếp thưa hỏi ngài. Nếu đạo sư của quý vị là một bậc thầy thực sự chân chánh, thì cho dù những chỉ dẫn của ngài có vẻ như là mâu thuẫn, nhưng ngài sẽ có khả năng lý giải về tính nhất quán, không mâu thuẫn trong lời giảng của mình.

Quý vị phải chân thành nương theo bậc thiện tri thức về phương diện tư tưởng và tu tập, cho dù có phải hy sinh tánh mạng. Một khi đã chấp nhận vị

is a saying that you should not adopt someone as your teacher in the way that a dog runs after a piece of meat.

Once you have adopted someone as your teacher, even if you find some fault in him or her, you should neither focus on it nor declare it to others. Take a neutral stance. It is also said that you should see everything the spiritual friend does as good. This has a particular meaning in a particular context. You should not take it at its face value. It is clearly explained that if a spiritual friend says something which is completely against the general instruction of the Buddha, you have every reason to question him or her. If the spiritual teacher's instruction completely contradicts the general teaching of the Buddha, you should disregard it. Of course, if your spiritual teacher has excellent qualities, but his instructions contradict the general instruction of the Buddha in some way, you should question him. If your spiritual teacher is a really authentic master, even though his instruction may appear to be contradictory, he will be able to explain the non-contradictory spirit of his teaching.

You should sincerely rely on the spiritual friend, even at the cost of your life, in terms of your thoughts and in terms of your practice. Once you have accepted someone as your spiritual teacher, if

nào đó làm đạo sư của mình thì nếu có thể, hãy cố gắng xem vị ấy như là một hóa thân của đức Phật. Tuy nhiên, điều chủ yếu là khởi tâm kính trọng và ngưỡng mộ đối với tri thức và thiện hạnh của ngài, và vì thế luôn nhớ đến tâm từ mẫn của thầy [dành cho mình]. Nếu quý vị làm theo những tư tưởng và lời dạy của thầy, thì toàn bộ các hành vi ứng xử của quý vị sẽ tự nhiên trở nên thiện hảo. Nếu quý vị được kề cận bậc đạo sư thì lỗi lầm của quý vị sẽ tự nhiên chấm dứt và thiện hạnh của quý vị sẽ tự nhiên tăng trưởng.

Để uốn nắn thân, khẩu, ý của mình theo đúng ý nguyện của vị đạo sư thì trước hết quý vị phải phát khởi niềm tin. Những bậc cha mẹ có học thức lo cho con cái của họ bằng cách đưa chúng đến trường và đảm bảo rằng chúng được dạy dỗ tốt. Ngược lại, các bậc cha mẹ không có học, do sự thất học của chính họ nên không quan tâm nhiều đến việc giáo dục con cái. Tương tự, việc có được một bậc đạo sư đúng đắn là rất quan trọng đối với chúng ta. Chúng ta cần một người nào đó để noi gương. Ngay trong đời thường, chúng ta cũng phụ thuộc vào một người thầy trong bất kỳ lĩnh vực nghề nghiệp nào ta chọn. Chẳng hạn, quý vị không thể chỉ sử dụng trí thông minh của mình để trở thành một nghệ sĩ lớn, nhưng nếu quý vị được dìu dắt bởi một người thực sự hiểu biết về nghệ thuật thì quý vị sẽ thành công trong nghề nghiệp.

Khi tôi học viết các chữ Tây Tạng không có dấu nhấn trên đầu, tôi rất thích viết chữ có dấu nhấn

you can, try to see him or her as a manifestation of the Buddha. However, the main thing is to generate respect and appreciation for his or her knowledge and qualities, and so remember his or her kindness. If you act in accordance with his of her thought and instruction, all your behaviour will automatically become virtuous. If you are close to your spiritual teacher, your faults will automatically cease and your qualities will automatically increase.

In order to mould your body, speech and mind in accordance with the wishes of the spiritual teacher, you should first generate faith. Educated parents take care of their children by sending them to school and making sure that they receive an education. On the other hand, illiterate parents, because of their own illiteracy, do not care much about the education of their children. Similarly, it is very important for us to have the right spiritual teacher. We need someone to emulate. Even in ordinary life we depend on a teacher whatever profession we adopt. For instance, you cannot simply become a great artist using your own intelligence. But if you are guided by someone who really knows about art, you will be successful in your work.

When I was learning how to write the headless Tibetan script I was very fond of writing the one with a head, the capital letters. By reading the

trên đầu, tức là các chữ hoa. Qua việc đọc kinh sách và bằng sáng kiến của mình, tôi đã có thể viết chữ hoa. Nhưng sau đó, khi tôi bắt đầu học cách viết chữ từ một người khác, tôi mới nhận ra rằng cách viết đúng, như cách cầm bút, cách di chuyển bàn tay v.v... đều hoàn toàn khác hẳn. Cũng vậy, đối với việc chuyển hóa tâm, điều quan trọng là phải dựa vào một người biết cách làm điều đó. Đây là lý do giải thích sự quan trọng của việc phải có được một bậc đạo sư.

Giờ thì câu hỏi quan trọng được đặt ra ở đây là, liệu một con người có thể thực sự trở thành một vị Phật toàn giác, toàn thiện và đầy đủ mọi thiện hạnh hay chăng? Hãy lấy ví dụ về một con người. Chẳng có ai vừa mới sinh ra đã giận dữ và tiếp tục như vậy cho đến khi chết. Có những lúc chúng ta trở nên giận dữ, nhưng cũng có những lúc chúng ta từ bi và tràn ngập lòng yêu thương. Do đó, dù quý vị có là người rất dễ nóng giận, thì không phải lúc nào quý vị cũng giận dữ cả. Điều này chỉ rõ rằng, tâm thức vốn có hai phẩm tính trong sáng và nhận biết, đồng thời là tách biệt với những cảm xúc phiền não. Cho dù có những lúc chúng ta khởi tâm sân hận và tham ái, nhưng cũng có những lúc bản tâm ta hoàn toàn không khởi các cảm xúc tiêu cực này.

Từ kinh nghiệm bản thân, chúng ta biết rằng có nhiều khía cạnh khác nhau của tâm dựa trên sự trong sáng cơ bản của nó. Có những lúc chúng ta khởi tâm sân hận hay bi mẫn v.v... đối với cùng một

scriptures and using my own initiative, I was able to write in capital letters. But later, when I started learning from someone how to write them, I found the proper way, the way you hold the pen, the way you move your hand and so forth were completely different. Similarly when it comes to transforming the mind, it is important to depend on someone who knows how to do it. This is why having a spiritual teacher is important.

Now the important question at this juncture is whether it is really possible for someone to be a Buddha, completely enlightened, without fault and possessing all qualities. Take the example of a human being. There is no individual who right from birth is angry and remains so until he or she dies. There are occasions when we become angry, but there are occasions when we become compassionate and full of love. So even if you are a very angry person, you will not remain angry all the time. This clearly shows that the mind which has two qualities of clarity and awareness, and disturbing emotions are two separate things. Even though there are occasions when we generate anger and attachment, there are also occasions when the fundamental mind is free from these negativities.

From our own experience we know that there are various aspects of the mind based on the fundamental clarity of the mind. There are occasions

đối tượng, nhưng chẳng có lúc nào ta đồng thời khởi tâm sân hận và bi mẫn đối với đối tượng đó. Những tâm ấy không thể đồng thời cùng sinh khởi, và điều này cho thấy chúng là các khía cạnh khác nhau của tâm. Khi chúng ta sinh khởi các cảm xúc phiền não như sân hận và tham ái, ta có một cảm nhận mạnh mẽ về bản ngã, một cảm giác mạnh về nó. Chúng ta càng quan niệm sai lầm về bản ngã thì sự sân hận, tham ái của ta càng lớn hơn. Cảm giác về "cái tôi" hay bản ngã đôi khi mạnh mẽ đến mức ta tưởng chừng như có thể sờ chạm được nó. Cảm giác về bản ngã như thế chắc chắn sẽ làm tăng thêm sân hận và tham ái, nhưng nó không phải là bản chất rốt ráo của tâm.

Bằng phương pháp suy luận, chúng ta hiểu được rằng có thể loại trừ các cảm xúc phiền não. Thêm vào đó, hiểu rõ về vô ngã là biện pháp đối trị quan niệm sai lầm về bản ngã. Do đó, quả Phật là một cái gì đó có thật và là điều mà chúng ta có thể đạt được. Nếu một vị Phật tồn tại thì ngài đạt giác ngộ là vì lợi lạc của chúng sinh. Ngài huân tập các thiện hạnh vì lợi lạc của tất cả chúng sinh. Vì thế, chúng ta cũng có thể giả định rằng, cho dù trực tiếp hay gián tiếp, chư Phật vẫn luôn luôn gia hộ chúng ta hướng về nẻo thiện. Mặc dù vậy, chỉ có chính vị đạo sư của quý vị mới là người trực tiếp cầm tay quý vị để dẫn dắt đi đến chánh đạo.

Qua những lý lẽ như trên, chúng ta có thể đi đến kết luận rằng, vị đạo sư là một hóa thân của đức

we generate anger, compassion and so forth towards the same object, but there is no occasion when we generate anger and compassion towards that object at the same time. They cannot arise together at the same time, which shows that these are different aspects of the mind. When we generate disturbing emotions like anger and attachment, we have a strong sense of self, a strong feeling of it. The more we have this misconception of self, the greater will be our anger and attachment. This feeling of 'I' or self is sometimes so overpowering that we might think we could touch it. This feeling of self definitely strengthens anger and attachment, but it is not the ultimate nature of the mind.

We can understand by inference that the disturbing emotions can be removed. In addition, the misconception of self has an antidote, which is the understanding of selflessness. Therefore, Buddhahood is something existent, and it is something we can attain. If a Buddha exists, he became enlightened for the benefit of other sentient beings. He accumulated positive qualities for the benefit of all other sentient beings. So, we can also assume that, directly or indirectly, Buddhas are always assisting us towards the positive path. Even so, it is only your spiritual teacher who instructs us directly takes us by the hand towards the true path.

Through reasons such as these we can come to the conclusion that the spiritual teacher is a

Phật. Khi chúng ta suy nghĩ theo cách này, chúng ta sẽ chú ý nhiều hơn đến thiện hạnh của vị thầy và sự không đáng tin cậy trong nhận thức của riêng ta. Bằng cách nhớ đến những thiện hạnh của thầy, ta sẽ thấy rằng về các phương diện này, ngài có thể sánh với đức Phật, nhưng xét về lòng từ mẫn đối riêng ta thì vị thầy lại có phần hơn.

Sau khi đã nương tựa vào đạo sư thì chúng ta sẽ tiến hành việc tu tập như thế nào? Làm sao ta có thể rút ra được ý nghĩa của kiếp người? Mục đích của chúng ta là chứng đạt các đạo quả cao hơn và sự thuyết giảng về phương pháp đạt được đạo quả nằm trong giáo pháp về giai đoạn tu tập đầu tiên. Tìm ra được nguyên nhân cơ bản của khổ đau là phần giáo pháp trung cấp. Khi đã nhận diện được khổ đau và quyết tâm tự giải thoát ra khỏi luân hồi, nếu quý vị có thể phát khởi tâm từ bi và vị tha đối với những chúng sinh khác khi thấy họ phải chịu đựng khổ đau, quý vị có thể khởi sự thực hành sáu pháp ba-la-mật. Đây là pháp tu dành cho những người thượng căn. Đoạn kệ tiếp theo giảng giải tầm quan trọng của việc có được thân người.

Thân người với đủ tự do quý hơn ngọc như ý,

Và cơ hội thế này chỉ đến một lần thôi.

Thật khó được, dễ mất, ngắn ngủi như tia chớp giữa trời,

Luôn ghi nhớ trong lòng như thế, nên hãy nhận biết mọi chuyện thế gian

manifestation of the Buddha. When we think in this way, we are focusing more on the qualities of the spiritual teacher and the unreliability of our own perception. By remembering the qualities of the spiritual teacher, we recall that in those terms he or she may be equal to the Buddha, but in terms of kindness, the spiritual teacher is kinder to us than even the Buddha.

Having relied on a spiritual teacher, how do we engage in the practice? How can we extract the meaning of this human birth? The attainment of higher status is our goal and the explanation of how to attain it is the teaching for the first stage of the practice. It is for individuals of initial capacity. Finding the root cause of suffering is the middle teaching. Having recognized suffering and determined to free yourself from cyclic existence, if, faced with the sufferings of other sentient beings, you are able to generate compassion, love and altruism for them, you can engage in the practice of the six perfections. This practice is for individuals of the highest capacity. The next verse explains the importance of a human rebirth.

This life of liberty surpasses a wish-granting jewel,
and you'll find the like of it only this once.
It's rare and easily lost, brief as lightening in the sky.
With this in mind, understand that all worldly actions,

Chỉ như những vỏ trấu tung bay trong gió.

Vậy nên phải sống miên mật ngày đêm sao cho kiếp người trở thành ý nghĩa nhất.

Bậc Thầy thiêng liêng tôn kính của ta đã làm như thế,

Và người cầu tìm giải thoát như ta cũng sẽ làm theo như thế.

Nếu Niết-bàn và sự giác ngộ là có thật và có thể đạt được, thì chúng ta nhất thiết phải thành tựu cho bằng được. Phương pháp để đạt được như thế là chuyển hóa và điều phục tâm. Để làm điều này, chúng ta cần có sự quyết tâm, và ta có thể khơi dậy quyết tâm này thông qua suy luận. Chỉ có con người mới có khả năng vận dụng sự suy luận. Chư thiên và bán thần (a-tu-la) là những loài mà chúng ta không nhìn thấy trực tiếp. Nhưng trong các loài mà chúng ta có thể nhìn thấy, như những chủng loại động vật khác nhau v.v... thì loài người có trí thông minh cao nhất. Chẳng có sinh vật nào khác có được trí thông minh tuyệt vời như loài người. Do đó, đời người là vô cùng quý hiếm. Nhưng nếu chúng ta sử dụng cuộc đời quý báu này chỉ để đắm chìm trong các cảm xúc phiền não như tham ái, sân hận v.v... thì dường như ta sinh ra chỉ để gây hại cho người khác.

Khi ra đời, chúng ta mang đến sự đau đớn cùng cực cho mẹ ta. Nếu ta phụ thuộc vào sữa mẹ, đó là ta sống còn nhờ tình thương của mẹ. Và thậm chí nếu ta không nhờ vào sữa mẹ thì ta cũng phải phụ

Are like chaff tossed in the air, so you must constantly

Make best use of this life, day and night.

This is what my revered and holy teacher did, and I, who seek liberation, will do likewise.

If nirvana and enlightenment exist and can be achieved, then we must achieve them. The way to do so is to transform and discipline the mind. To do that we need determination, which we can arouse through reason. Only human beings are able to use reason. Gods and demigod are something we do not see directly. But among those we can see, the different categories of animals and so forth, human beings have the greatest intelligence. No other creature has such wonderful intelligence as human beings. Therefore, human existence is extremely precious. But if we spend our precious life overwhelmed by disturbing emotions like attachment, anger and so forth, it would seem that we have only taken birth to harm other people.

When we took birth, we brought great suffering to our mothers. If we depended on our mother's milk, we survived due to her kindness. And even if we did not depend on mothers' milk, we must have depended on the milk of some other animal, so we depended on their kindness for our survival.

thuộc vào sữa của một loài vật nào khác, đó là ta sống còn nhờ lòng tốt của chúng. Cũng vậy, chính cuộc sống này của ta đã phụ thuộc vào lòng tốt của các chúng sinh khác. Vậy nên ngay từ khi chào đời đến lúc có thể tự lo liệu, chúng ta sở dĩ tồn tại được chỉ là nhờ vào lòng tốt của nhiều người. Chúng ta có thể sinh tồn là dựa vào sự đau khổ và lòng tốt của nhiều người khác. Nhưng một khi ta đã có thể tự lo cho thân mình, nếu thay vì trả ơn mọi người, ta lại chỉ toàn phá hoại, chỉ luôn chạy theo tham ái, sân hận v.v... thì thật là bất hạnh. Nếu sinh ra làm người mà như thế thì sinh ra làm thú vật hẳn là tốt hơn. Ít ra thì loài vật cũng không gây hại bằng những loại người như thế. Sống một đời như vậy thì thà chết đi còn tốt hơn.

Chúng ta thấy những con người phá hoại ở khắp nơi trên thế giới. Những người này chẳng những tự thân không được hạnh phúc, mà họ còn phá hoại hạnh phúc của người khác. Họ có thể có quyền lực, nhưng chẳng có hạnh phúc. Nếu những người có quyền lực, giàu có và khôn ngoan nhưng lại không biết sử dụng quyền lực và sự giàu có của mình một cách xây dựng để mang lại hạnh phúc cho người khác, thì hẳn là sẽ tốt hơn nếu họ đừng sinh ra. Khả năng khai thác được nguồn tài nguyên trí tuệ lớn lao của con người để giúp đỡ người khác là điều rất quan trọng. Ít nhất thì trí thông minh đó cũng không nên là nguyên nhân gây phiền toái cho người khác.

Likewise our very life was dependent on the kindness of other sentient beings. So right from the time of our birth until we are able to take care of ourselves, our existence is possible only due to the kindness of many other people. We are able to survive by depending on the suffering and kindness of many other people. But once we are able to take care of ourselves, if, instead of repaying the kindness of others, we are merely destructive, swayed only by attachment, anger and so forth, it is extremely unfortunate. In that case it would have been better to have been born as an animal rather than as a human being. At least animals are less destructive than those kinds of human beings. Leading such a life, it is better to be dead than alive.

We see various destructive people in different parts of the world. Not only do such people experience unhappiness, but they destroy the happiness of others. They may have power, but they do not experience happiness. If people who have power, wealth and intelligence are unable to use their power and wealth constructively to make other people happy, then it would be better if they did not live. It is important to be able to employ this great resource of human intelligence to help other people. At least it should not be a source of trouble for other people.

Xét về việc chuyển hóa tâm thức thì kiếp người là cực kỳ quan trọng. Trên nền tảng trí khôn của con người, chúng ta có thể phát khởi tâm Bồ-đề quý báu. Tâm Bồ-đề được xem như một viên ngọc quý. Sự quan tâm đến lợi lạc của người khác hơn chính bản thân mình là điều quý giá hơn cả châu ngọc. Một viên ngọc quý như tâm Bồ-đề có thể được tạo ra từ tâm thức con người.

Do đó, khi đã sinh ra trong cõi đời này, nếu ta lại dùng cuộc sống quý báu cho những hành vi phá hoại thì thật không còn gì tồi tệ hơn. Những ai trong chúng ta đã gặp được Phật pháp đều có cơ hội để sử dụng trí thông minh của mình. Một người dũng mãnh có thể chỉ ra hướng đi mới cho những người khác và mang lại hạnh phúc cho chúng sinh. Ngược lại, nếu ta sử dụng trí khôn theo hướng xấu ác thì chỉ một người thôi cũng có thể hủy diệt hàng ngàn người và súc vật. Trí thông minh của con người có khả năng dùng vào các hành vi xây dựng hay phá hoại. Với thân người, việc tái sinh vào các cảnh giới cao hơn như cõi người hay cõi trời có thể đạt được bằng cách thực hành Mười điều thiện (Thập thiện), Sáu Ba-la-mật (Lục độ) v.v... Quả thật, bằng cách thành tâm tu tập giới, định và tuệ, chúng ta sẽ có khả năng đạt đến Niết-bàn. Hơn nữa, chúng ta cũng có thể đạt đến quả Phật tối thượng. Do đó, thân người này được xem là quý giá hơn cả viên ngọc quý.

In the context of transforming the mind human life is extremely important. On the basis of human intelligence we can generate the precious awakening mind. The awakening mind is regarded as like a precious jewel. Caring more about the welfare of other people than about yourself is more precious than a jewel. Such a precious jewel can be produced by the human mind.

So, having taken birth in this world, if we use our precious life for destructive activities, nothing could be worse. Those of us who have encountered the Buddha dharma have the opportunity to use our intelligence. One courageous person can give new direction to other human beings and to bring happiness to other sentient beings. On the other hand, if we use our minds negatively, one person alone can destroy thousands of people and animals. Human intelligence has the capacity for constructive and destructive activity. Attaining the higher status of birth as a human being or a god can be achieved by practising the ten virtues, the six perfections and so forth as a human being. Indeed, by engaging in sincere practice of the three trainings of ethics, meditative stabilization and wisdom, we will be able to attain nirvana. Moreover, we can also attain the ultimate state of Buddhahood. Therefore, this human life is said to be more precious than a precious jewel.

Điều tự nhiên là những gì quý giá cũng sẽ khó tìm. Đời người rất quý giá và các nhân để được làm người là rất khó tạo được. Thế nhưng, hiện nay ta đã có được cơ hội quý giá như vậy. Kiếp người không chỉ khó được mà còn dễ mất, [thoáng nhanh] như tia chớp trên bầu trời. Có sinh thì có tử, và vào thời khắc lâm chung thì chỉ có các chủng tử thiện nghiệp mà quý vị đã tạo mới theo giúp quý vị trong kiếp sau. Ngoài ra, vào thời khắc lâm chung, ta sẽ bỏ lại tất cả: người thân, tài sản và ngay cả thân thể vô cùng yêu quý của ta. Do đó, chúng ta phải quyết tâm dấn thân tu tập Phật pháp. Bằng cách quán chiếu về thực tiễn cái chết và biết chắc rằng mình rồi sẽ chết, ta có thể nhận ra tất cả các hoạt động vặt vãnh thế tục là vô nghĩa và tự tạo cho mình nguồn cảm hứng để dấn thân tu tập ngày đêm.

Thế giới này có hơn năm tỷ người. Tất cả chúng ta đều mong muốn hạnh phúc và không muốn khổ đau. Đây là đặc điểm chung cơ bản của tất cả chúng ta, nhưng mỗi chúng ta áp dụng các phương pháp khác nhau để đạt mục đích, tùy thuộc vào mối quan tâm và khả năng trí tuệ của ta. Một số người chỉ chạy theo mục tiêu duy nhất là tích lũy tài sản. Một số người khác không chỉ quan tâm đến riêng sự thịnh vượng vật chất mà cũng cố gắng để có sự ổn định về tinh thần.

Một thành phần trong nhân loại xem việc thực hành tâm linh như thuốc độc hay thuốc phiện. Vì cho

It is natural that if something is precious it will be difficult to find. Human life is very precious and its causes are difficult to achieve, yet on this occasion we have found such as precious opportunity. But not only is it difficult to find, it is easily lost, like lightning in the sky. Whatever is born is subject to death and at the time of death it is only the imprints of the positive virtuous activities that you have done which will help you in the next life. Otherwise, at the time of death we leave everything behind: our relatives and wealth, and even our highly cherished body. Therefore, we should make a determination to engage in Dharma practice. By reflecting on the reality of death and gaining a strong conviction in it, we can come to see all the petty activities of the world as meaningless and inspire ourselves to engage in practice day and night.

In this very world there are more than five billion people. We all want happiness and do not want suffering. This is a fundamental common quality of us all, yet we adopt different measures to meet it based on our interest and mental capacity. Some people make their sole aim the accumulation of wealth. Others do not involve themselves only with material prosperity but also try to ensure mental stability.

One category of humanity views spiritual practice as like poison or opium. Seeing it as an instrument

rằng đó là một công cụ để bóc lột, nên họ xem việc thực hành tâm linh là một sai lầm và cố gắng loại bỏ. Một thành phần khác của nhân loại tin rằng không chỉ riêng sự thịnh vượng về vật chất đem lại hạnh phúc. Do đó, những người này thực hành tâm linh để được hạnh phúc và bình an trong tâm hồn. Một thành phần thứ ba của nhân loại giữ thái độ trung lập. Họ chẳng thực hành tâm linh, cũng chẳng tìm cách loại bỏ. Họ chỉ đơn thuần thực hiện các hoạt động hằng ngày của mình. Cho dù chúng ta có thực hành Phật pháp hay không thì điều quan trọng là tất cả chúng ta đều mong muốn được hạnh phúc. Nếu chúng ta so sánh những người có niềm tin vào sự tu tập tâm linh với những người không có niềm tin này, thì ta sẽ thấy rằng, những người thực hành tâm linh có tinh thần ổn định hơn và được nhiều hạnh phúc tinh thần hơn. Do đó, chúng ta có thể kết luận rằng, những gì chúng ta đang làm là không hề sai lầm.

Dĩ nhiên, "nhân vô thập toàn", chẳng có ai là toàn hảo cả. Chúng ta quả thật cũng gặp phải không ít những kinh nghiệm tồi tệ khác nhau, nhưng ngay cả trong những lúc như thế, ta vẫn có được khả năng chịu đựng nỗi khổ đau mà ta đang đối mặt. Hơn nữa, khi dấn thân vào tu tập tâm linh, chúng ta huân tập những thiện nghiệp, là nhân lành cho hạnh phúc trong tương lai. Những ai chối bỏ việc thực hành tâm linh, không những vắt kiệt quả lành từ những gì họ đã làm được trước đây, mà còn không tích lũy được những nhân duyên để có được hạnh phúc trong tương lai.

of exploitation, they see spiritual practice as a fault and try to eliminate it. Another category of humanity believes that it is not only material prosperity that brings happiness. Consequently, they engage in spiritual practice to achieve mental peace and happiness. A third category adopts a neutral stance. It neither tries to eliminate spiritual practice nor to adopt it. They simply engage in their day to day activities. Whether we practise the Dharma or not, the important thing is that we all want happiness. If we compare those who believe in spiritual practice with those who do not we will find that those who engage in spiritual practice have more mental stability and more mental happiness. So we can conclude that what we are doing is unmistaken.

Of course as individuals we are not all perfect. We do encounter various negative experiences, but even then we have the ability to endure the sufferings we encounter. What is more, when we engage in spiritual practice, we accumulate positive actions which are a cause for future happiness. Those who deny spiritual practice not only exhaust the fruit of what they have done earlier, but they do not accumulate causes and conditions for future happiness.

Mặc dù sống lưu vong, người Tây Tạng chúng tôi vẫn đủ ăn, đủ mặc. Tôi nghĩ đây là một kết quả tốt đẹp có được từ sự thực hành tâm linh của chúng tôi. Đó là vì chúng tôi hài lòng rằng đã có đủ mọi thứ cần dùng. Tôi nghĩ là điều này chỉ rõ rằng người Tây Tạng có nhiều giá trị tâm linh hơn so với những ai không thực hành tu tập. Sau khi người Trung Quốc đến Tây Tạng, họ làm cách mạng và phân phối lại của cải [từ những người giàu có] sang cho người nghèo. Nhưng chúng tôi nhận thấy rằng, những người trước đây giàu có vẫn luôn thành công và dần dần họ trở nên sung túc trở lại. Ngay cả khi quý vị phân phối của cải đến cho những người nghèo khó, thì do thiếu phước đức nên họ thường có khuynh hướng thất bại và lại trở nên nghèo khó.

Thành công hay thất bại liên quan đến năng lực của các thiện nghiệp mà chúng ta đã tích lũy trong quá khứ. Do đó, có một số người dù làm bất kỳ chuyện gì cũng luôn thành công, trong khi một số người khác dù làm việc thật cật lực nhưng vẫn luôn thất bại. Có những nhân duyên không nhìn thấy được dẫn đến sự thành công của người này và sự thất bại của những người khác.

Những ai trong chúng ta có sự tu tập tâm linh sẽ có khả năng đối mặt với những vấn đề bất ổn và đồng thời có những tư duy hiền thiện để có thể chuẩn bị cho tương lai lâu dài. Do đó, khi đã chấp nhận thực hành tâm linh thì không những ta sẽ được lợi lạc trong nhiều kiếp sống mai sau, mà điều đó còn

Even in exile we Tibetans have enough food to eat and enough clothes to wear. I think this is a positive result of our spiritual practice. It is because we are contented that we have enough things for our use. I think this is a clear indication that Tibetans have more spiritual merit than those who do not engage into practice. After the Chinese came to Tibet, they implemented their revolution and redistributed wealth to those who were poor. But we found that gradually those people who used to be wealthy were always successful and became prosperous again. Even if you allot wealth to those who did not have it before, because they lack the necessary merit, they tend to be unsuccessful and become poor again.

Success or the lack of it relates to the force of positive action that we have accumulated in the past. Therefore, whatever certain people do they are always successful, while others work very hard but do not meet with success. There are unseen causes and conditions which are responsible for one person's success and for the failure of others.

Those of us who have a spiritual practice will be able to face problems and at the same time engage in positive thinking to be able to prepare for our long-term future. Therefore having accepted spiritual practice, it is not only beneficial for many

thực sự rất hữu ích trong đời sống hằng ngày của ta. Nếu chúng ta mong đợi tất cả hạnh phúc đều đến từ sự giàu có, đó là ta đang tự dối mình. Chúng ta không thể phủ nhận rằng sự giàu có đem lại tiện nghi thoải mái, bởi chúng ta quả thật đang có một thân thể bằng xương thịt. Nhưng nguồn gốc chủ yếu của hạnh phúc lại đến từ sự an tĩnh trong tâm hồn và sự chuyển hóa tâm thức.

Việc tự nhận mình là Phật tử không thôi là chưa đủ. Chúng ta phải tiếp tục chú tâm vào ý nghĩa trong lời dạy của đức Phật. Có thể là chúng ta rất tôn kính Phật, Pháp và Tăng-già, nhưng ta chưa có nhiều nỗ lực hoặc cố gắng nghiên cứu Kinh luận. Chúng ta thường có khuynh hướng nghĩ rằng Kinh luận nên dành cho chư tăng trong các tự viện nghiên cứu. Thế nhưng, cho dù quý vị là người xuất gia hay cư sĩ, thì việc hiểu biết những gì đức Phật đã dạy cũng đều là vô cùng quan trọng.

Khi chúng ta bày tỏ sự tôn kính trước hình tượng đức Phật, thì chỉ đơn thuần việc cúi lạy không thôi là chưa đủ. Chúng ta nên hiểu được lý do vì sao ta lễ kính trước hình tượng ấy. Để hiểu rõ những phẩm tính của đức Phật Thích-ca Mâu-ni thì điều quan trọng là phải học hỏi lời dạy của Ngài. Cũng giống như quý vị thường đánh giá hành vi hay thái độ của một người bằng cách lắng nghe những gì người đó nói, quý vị cũng nên nhận biết những giá trị của chính đức Phật Thích-ca Mâu-ni bằng cách lắng nghe những lời dạy của Ngài. Nếu chỉ đơn thuần

lives to come, but it is actually very helpful in our daily life. If we expect all happiness to come from material prosperity, we are deceiving ourselves. We cannot deny that material prosperity brings comfort because we do possess a physical body. But the main source of happiness is derived from mental tranquility and transformation of the mind.

It is not enough that we profess to be Buddhists. We should continue paying attention to the meaning taught in the Buddha's teachings. We may have great reverence for the Buddha, Dharma and Sangha, but we do not make much effort or attempt to study the Dharma texts. We tend to think that Dharma texts should be studied by monks in monasteries. Yet whether you are an ordained person or a lay person, it is extremely important to know what the Buddha taught.

When we pay homage to the image of the Buddha, it is not simply enough that we bow down to the image of the Buddha. We should know why we are paying homage to that image. In order to know what Buddha Shakyamuni's qualities are, it is important to study his teachings. Just as you would judge a person's behaviour or his attitude through listening to what he says, you should find out the validity of Buddha Shakyamuni himself by listening

đến đây để tham dự một buổi giảng Pháp mà không có sự cố gắng nhận hiểu những ý nghĩa [của Giáo pháp] thì không đủ. Điều quan trọng hơn nữa là, trong cuộc sống hằng ngày quý vị nên cố gắng học hỏi thêm những Kinh luận khác. Cách bắt đầu là chọn một bài Kinh ngắn và cố gắng nhận hiểu những ý chính. Khi quý vị đã hiểu được đại cương về Kinh luận này thì quý vị sẽ có thể nghiên cứu chi tiết hơn. Sau đó, quý vị có thể chuyển sang nghiên cứu các Kinh luận phức tạp hơn để nâng cao trình độ tu học tâm linh của mình. Đối với người xuất gia, các vị tăng ni, thì điều cực kỳ quan trọng là phải dấn thân nghiêm túc vào việc tu tập và học hỏi Giáo pháp. Cần phải hướng mục đích việc học hỏi [Giáo pháp] của quý vị đến sự thành tựu quả Phật vì lợi lạc của tất cả chúng sinh hữu tình. Nếu quý vị học hỏi Giáo pháp với một động cơ như vậy thì bất kỳ việc làm nào của quý vị cũng đều sẽ trở thành một nhân quan trọng để huân tập các thiện hạnh vì lợi lạc cho tất cả chúng sinh đang khổ đau.

Chúng ta đã và đang thảo luận các phương pháp tu tập cho người sơ cơ. Ở trình độ này thì sự khổ đau của những cảnh giới tái sinh xấu [được nhận thức] giống như là sự thật về khổ đau (Khổ đế) và mười hành vi bất thiện (Thập ác) [được nhận thức] giống như sự thật về nguồn gốc của khổ đau (Tập đế). Sự giải thoát khỏi các cảnh giới tái sinh xấu và đạt được trạng thái tốt đẹp hơn [được nhận thức] giống như sự thật về dứt trừ khổ đau (Diệt đế). Con đường để đạt đến trạng thái tốt đẹp hơn là sự thực hành Thập

to his teachings. It is not enough simply to come and attend a teaching without trying to understand the meaning. What is more important is that in your daily life you should try to study different texts. The way to start is initially to pick a short scripture and try to understand the main points. When you have understood the outline of the text, you can study it in more detail. Then you can turn to more complicated texts and so enhance your spiritual education. It is extremely important that ordained persons, the monks and nuns, engage in serious Dharma training and study. The purpose of your study should be the attainment of Buddhahood for the benefit of all other sentient beings. If you study with that motivation, whatever you do will become an important cause for accumulating positive virtue for the benefit of all suffering sentient beings.

We have been discussing the methods for training an individual of initial mental capacity. At that level, the suffering of bad states of rebirth is like true suffering and the ten unwholesome deeds are like the true origin of suffering. Liberation from bad states of rebirth and attainment of higher status is like true cessation. The path to attain that higher status is practice of the ten wholesome actions, which is like the true path. In order to practise

thiện, [được nhận thức] giống như đường tu giải thoát (Đạo đế). Để có thể thành tâm thực hành Thập thiện, chúng ta phải nhận hiểu về các đối tượng quy y là Phật, Pháp và Tăng-già. Chúng ta càng hiểu biết rõ hơn về Phật, Pháp và Tăng-già như là đối tượng của sự quy y thì ta sẽ càng hiểu được rõ hơn về mối tương quan giữa nhân và quả.

> *Một mai chết đi, ta không thể chắc chắn chẳng*
> *sinh vào ác đạo.*

> *Chỉ có Tam Bảo mới bảo vệ ta chắc chắn khỏi*
> *những nỗi lo sợ như thế.*

> *Do đó, hãy gìn giữ sự quy y của mình kiên định,*

> *Nghiêm trì giới luật, chẳng hề sai sót.*

> *Điều này tùy thuộc sự nhận biết chắc chắn*

> *Về thiện nghiệp, ác nghiệp cùng với những kết*
> *quả tương ứng,*

> *Và biết chọn lọc lấy bỏ hợp theo Chánh đạo.*

> *Bậc Thầy tôn kính của ta đã làm như thế,*

> *Và người cầu tìm giải thoát như ta cũng sẽ làm*
> *theo như thế.*

Các giai đoạn trên đường tu tập dành cho người sơ cơ có nội dung chủ yếu là cách thức nương tựa một bậc thầy tâm linh và cách thức thực hành tu tập để tự giải thoát khỏi các cảnh giới tái sinh xấu. Việc chúng ta có được một ý thức quy y chân chánh vào Phật, Pháp và Tăng-già hay không tùy thuộc vào

the ten wholesome deeds sincerely we need to recognize the objects of refuge that is the Buddha, Dharma and Sangha. The better we understand the Buddha, Dharma and Sangha as the object of refuge, the better will be our understanding of the relationship between cause and effect.

When you die, you can't be sure not to take a bad rebirth.

Only the Three Jewels offer certain protection from such fears.

Therefore make your practice of refuge steadfast

And follow its precepts without any lapse. This depends

On sound knowledge of black and white actions and their effects,

And adopting and discarding them in the right way.

This is what my revered and holy teacher did,

And I, who seeks liberation, will do likewise.

The stages of the path concerning the individual of initial capacity deals mainly with how to rely on a spiritual teacher and how to engage in the means to liberate ourselves from bad states of rebirth. Whether we have a true sense of taking refuge in the Buddha, Dharma and Sangha depends on

việc ta có tích lũy được các nhân và duyên cần thiết hay không. Những nhân duyên cần thiết này là phải có một ý thức ghê sợ khổ đau và nhận biết oai lực của Phật, Pháp và Tăng-già trong việc hộ trì và bảo vệ chúng ta. Để tự bảo vệ mình không bị tái sinh vào các cảnh giới xấu ác, điều quan trọng là phải quán chiếu về cái chết và sự vô thường. Nếu không quán chiếu như thế thì chúng ta có thể sẽ nghĩ rằng mình còn có thể tu tập vào sau này. Nhưng rồi trong thời gian chờ đợi đó, chúng ta có thể đối diện với cái chết và không còn thời gian để thực hành tâm linh, do đó ta sẽ bị tái sinh vào những cảnh giới xấu ác.

Khi nghĩ về các cảnh giới xấu ác như địa ngục... chẳng hạn, đôi khi chúng ta có thể tự hỏi, liệu chúng có thực hay không? Trong tác phẩm *"Kho tàng Tri thức"*, không những có mô tả bản chất của các chúng sinh khác nhau trong các địa ngục, mà thậm chí còn đưa ra các con số tính toán để chỉ rõ vị trí của các địa ngục. Mặc dù các số đo này có thể không hoàn toàn chính xác, nhưng chúng gợi ý rằng rất có khả năng tồn tại các cảnh giới sống khác nhau tùy theo những nhân duyên khác nhau của chúng.

Về sự hình thành vũ trụ này, sách *"Kho tàng Tri thức"* giải thích về một thời kỳ vũ trụ tồn tại, một thời kỳ vũ trụ phân hủy và một thời kỳ vũ trụ hình thành. Sự hình thành này trước hết diễn ra từ trong hư không, khi các yếu tố khác nhau dần dần hình thành. Những giải thích này hoàn toàn phù hợp với cách giải thích của khoa học. Sách này cũng giải

whether we have accumulated the necessary causes and conditions. These are having a sense of fear of suffering and seeing the potential of the Buddha, Dharma and Sangha to help and protect us. In order to protect ourselves from falling into bad states of rebirth, it is important to think about death and impermanence. If we don't, we might think that we can do the practice later. In the meantime we might meet with death, and having had no time to do spiritual practice, we will fall into bad states of rebirth.

When we think about such bad states of rebirth as the hells and so forth, we might sometimes wonder if they really exist. The Treasury of Knowledge not only describes the nature of the different beings in the hells, but even provides calculations to indicate where they are located. Although these measurements may not be entirely accurate, they suggest the possibility of different existences according to their various causes and conditions.

With regard to the formation of the universe, the Treasury of Knowledge explains a time when the universe abides, a time when it disintegrates, and a time when it is formed. That formation first takes place from out of empty space as the different elements are gradually formed. These explanations are quite in line with the scientific explanation. It also explains the existence of different sentient

thích sự tồn tại của các chúng sinh khác nhau, như thú vật chẳng hạn, vốn làm nảy sinh vấn đề ăn thịt. Nếu chúng ta có thể tránh không ăn thịt thì điều đó là vô cùng tốt đẹp.

Khi tôi còn trẻ và sống nơi điện Potala, vào cuối ngày tôi thường xuyên nhìn thấy những người chăn cừu lùa đi từng bầy cừu. Chúng bị đưa đến lò giết mổ, và tôi cảm thấy không thoải mái về điều đó nên thường nhờ ai đó đến thả chúng ra và thường trả tiền hậu hĩ cho việc ấy. Vào lúc đó, tôi chẳng hề có ý nghĩ rằng làm như vậy sẽ kéo dài tuổi thọ của mình. Mối bận tâm duy nhất của tôi là lo cho những con vật khốn khổ đó sẽ phải chết quá sớm. Tôi đã cứu được rất nhiều những con vật như thế. Người Tây Tạng chúng tôi là Phật tử nhưng đồng thời cũng là những người rất thích ăn thịt. Khi nghĩ về điều này, có thể chúng tôi phải cảm thấy ray rứt. Ở những nơi khác trên thế giới, số lượng cá và các con vật nhỏ bị giết thịt cũng nhiều vô số kể.

Tương tự, ngày nay chúng ta có thể mặc quần áo làm từ sợi bông và nguyên liệu khác thay vì lông thú, nhưng nếu ta lại giết thú vật chỉ để lấy bộ da và lông của chúng thì thật là vô cùng bất hạnh. Khi tôi nghĩ về tất cả những hành vi giết hại thú vật như vậy, tôi cho rằng hạn chế sinh đẻ là việc tốt, bởi vì nếu dân số ít hơn thì sự giết hại cũng sẽ ít hơn. Nếu chúng ta đi sâu vào chi tiết về số lượng thú vật bị giết thì thật là không thể tưởng tượng nổi. Có bao nhiêu con gà bị giết mỗi ngày? Bao nhiêu con cá

beings, such as animals, which leads to the issue of eating meat. If we are able to abstain from eating meat, it is extremely good.

When I was young and staying in The Potala Palace, I often noticed flocks of sheep being driven in by herdsmen at the end of the day. They were being brought to slaughter and, feeling uneasy, I would call someone to release them and would pay handsomely for doing so. At that time I had no thought that by doing so I would prolong my life. My only concern was that these poor animals would die an untimely death. I was able to save the lives of many of those animals. We Tibetans are Buddhists but at the same time we are voracious meat-eaters. When we think about that, it might make us uneasy. In the rest of the world the number of fish and the numbers of different kinds of other small animals that are killed to be eaten is just countless.

Similarly, these days when we can wear clothes made of cotton and stuff other than fur, if instead we simply kill animals for their skins, it is extremely unfortunate. When I think of all these destructive activities in relation to animals, I feel that birth control is good, for if there were fewer human beings there would be less destruction. If we go into detail about the amount of animals that are killed, it is unimaginable. How many hens are being killed

đang bị giết? Có một lần tôi đến thăm một trại chăn nuôi gia cầm. Trước hết, người ta dùng gà mái để đẻ trứng. Trong thời gian này, chúng bị nhốt trong lồng kim loại khoảng vài ba năm. Và rồi sau hai, ba năm đó, khi chúng không còn để trứng được nữa thì điểm đến duy nhất cho chúng là nhà bếp.

Khi đến Ấn Độ, tôi trông thấy các lồng sắt nhỏ nhốt vài con gà bên ngoài các tiệm ăn. Rõ ràng là chúng ta chẳng mảy may cảm nhận gì về nỗi thống khổ của những con vật đáng thương này. Chúng ta không chịu được dù chỉ là nỗi đau khi bị một mũi kim chích vào da thịt, nhưng lại dửng dưng trước nỗi đau của các loài thú vật, chim chóc... Là con người, mỗi khi gặp một chút bất công hay đau đớn là chúng ta lập tức phàn nàn. Ta khiếu nại ngay đến tòa án. Nhưng liệu những con vật này có quyền khiếu nại không? Khi một con chó lạc lối chỉ đơn giản là lang thang tìm thức ăn, thì ta ném đá để xua đuổi nó đi. Những con vật nói trên không có tòa án để khiếu nại, chẳng có bạn bè để được giúp đỡ. Chúng ta tuyên bố rằng giết hại để báo thù là không tốt, rằng án tử hình là không tốt, nhưng liệu loài vật có những quyền như vậy chăng? Chúng ta thường có khuynh hướng nghĩ rằng những gia súc như cừu, dê... là những con vật để hành hạ mà chẳng cần quan tâm chút nào đến hạnh phúc của chúng. Điều may mắn duy nhất là, vì loài vật quá ngu si nên có thể chúng không bị sợ hãi nhiều như con người.

every day? How many fish are being killed? I once visited a poultry farm. To begin with, hens are used to lay eggs. During that time they are imprisoned in a metal cage for a few years. Then after two or three years, when they were unable to lay any more eggs, the only place for them to go is the kitchen.

When I travel in India, I see small metal cages with a few hens in then outside restaurants. We clearly do not have the slightest feeling about how much these poor birds suffer. We, who are unable to bear even the pain of a needle prick, are totally careless of the sufferings of other animals and birds. As human beings, when we encounter the slightest injustice or suffering, we immediately complain. We go to court. But do these animals have a right to complain? When a stray dog is simply wandering in search of food, we throw stones at it to drive it away. These animals and birds have no courts to complain in, they have no friends from whom to seek support. We proclaim that to kill out of revenge is not good, that human execution is not good, but do the animals have such rights? We tend to think of domestic animals like sheep and goats as something to be bullied without showing the slightest concern for their welfare. The only fortunate thing is that because animals are so ignorant, they may not have as much fear as human beings.

Vì đường tu tối thượng sẽ không tiến nhanh,

Trừ phi ta sống một đời với tất cả những tu tập tiên yếu.

Hãy tự mình tu tập tạo nhân lành để không còn gì khiếm khuyết.

Quan trọng nhất là phải dứt trừ mọi nghiệp chướng và nhiễm ô,

Do thân, khẩu, ý rơi vào các hành vi xấu ác, phạm giới luật.

Nên phải thường hành nghiêm cẩn cả bốn pháp đối trị.

Bậc Thầy tôn kính của ta đã làm như thế.

Và người cầu tìm giải thoát như ta cũng sẽ làm theo như thế.

Tâm chân thật cầu giải thoát sẽ không sinh khởi

Nếu không tinh tấn quán chiếu những tai hại của thực tiễn khổ đau.

Trừ phi hiểu rõ nguồn gốc, nhân duyên

Trói buộc mình vào luân hồi sáu nẻo,

Bằng không thì ta sẽ không biết cách dứt trừ tận gốc khổ đau.

Vì thế, hãy nuôi dưỡng tâm chán ghét khổ đau, mong cầu giải thoát,

Và trân quý tri kiến về những gì trói buộc ta trong chuỗi luân hồi này.

Since there won't be swift progress in accomplishing the highest path,

Unless you gain a life with all prerequisite features,

Train yourself in creating the causes, so that none are lacking.

Most important is to cleanse karmic obstructions and pollution

By the stains of misdeeds and transgressions through the three doors,

So constantly with care apply all four counteractions.

This is what my revered and holy teacher did,

And I, who seek liberation, will do likewise.

A real aspiration for freedom won't arise,

Without effort to think about the drawbacks of true suffering,

Unless you consider its source - the stages of involvement

In cyclic existence, you will not know how to sever its root.

So cultivate repugnance for it and a wish for freedom

And cherish the knowledge of what binds us to this cyclic process.

Bậc Thầy tôn kính của ta đã làm như thế.

Và người cầu tìm giải thoát như ta cũng sẽ làm theo như thế.

Nếu chúng ta không hành xử thích đáng thì khi lìa bỏ cõi đời này, không có gì đảm bảo là ta sẽ không tái sinh làm một trong các loài chim, thú như vừa nói trên. Điều quan trọng là phải nhận hiểu rằng, chúng ta gánh chịu khổ đau vì ta đã làm hại các chúng sinh khác. Nguyên nhân của khổ đau là những hành vi xấu ác. Để có được hạnh phúc, ta phải từ bỏ những hành vi xấu ác và nhờ đó mà tự giải thoát khỏi khổ đau. Trong ba đối tượng quy y, điều thực sự bảo vệ, che chở cho chúng ta chính là Chánh Pháp. Chúng ta xem Phật là tôn quý, xem Tăng-già là tôn quý, chính vì Chánh Pháp rất quan trọng. Ta không tôn kính vì đức Phật là một đấng sáng thế. Ngài thành Phật nhờ sự tu tập các nhân để đạt đến quả Phật; đó chính là Đạo Đế và Diệt Đế.

Ở một mức độ, Chánh Pháp có thể là Ba tạng kinh điển: Kinh, Luật, Luận, nhưng Chánh Pháp rốt ráo chính là Diệt Đế, đạt được bằng cách dứt trừ mọi cảm xúc phiền não. Khi chúng ta đối trị và dứt trừ tận gốc rễ mọi cảm xúc phiền não, ta có thể đạt được một trạng thái hoàn toàn không còn phiền não. Ta gọi đó là sự tịch diệt, còn được gọi là Niết-bàn hay giải thoát. Khi nội tâm chúng ta đạt đến trạng thái này, ta sẽ được bảo hộ; ta sẽ được giải thoát khỏi khổ đau. Do đó, mục tiêu của chúng ta là phải thành tựu Đạo Đế và Diệt Đế.

This is what my revered and holy teacher did,
And I, who seek liberation, will do likewise.

If we do not behave properly, when we leave this life, there is no guarantee that we will not also take birth as one of these animals or birds. It is important for us to understand that we encounter suffering because we have harmed other sentient beings. The cause of suffering is unwholesome action. In order to find happiness we must eliminate unwholesome deeds and so free ourselves from suffering. Of the three objects of refuge, the actual protector is the Dharma. We regard the Buddha as precious; we regard the Sangha as precious because the Dharma is so important. It is not because the Buddha is a creator. The Buddha comes into existence because of practice of the causes for the attainment of Buddhahood, which is the true path and the true cessation.

On one level the Dharma can refer to the three collections of scriptures, but the ultimate Dharma is the true cessation attained by eliminating disturbing emotions. When we counter the disturbing emotions and eliminate them at the root, we can attain a state which is free of them. This is called true cessation, which is also known as nirvana or liberation. When we achieve that state within ourselves, we will be protected; we will be saved from suffering. Therefore, our aim should be to attain the true path and true cessation.

Chúng ta có thể bắt đầu bằng cách tránh không phạm vào mười điều bất thiện. Trong Tạng ngữ, cảm xúc phiền não cũng có nghĩa như là khổ đau. Do đó, khi một người đang đau khổ, người Tây Tạng nói rằng người ấy đang phiền não, nghĩa là người ấy đang bất an hay đau buồn. Sự tham luyến, sân hận v.v... là những cảm xúc phiền não và chúng được gọi như vậy vì ngay khi chúng sinh khởi trong tâm thức, chúng ta lập tức cảm thấy không vui, đau buồn và sự bình an trong tâm hồn ta bị xáo trộn. Tôi nghĩ điều này hoàn toàn đúng thật. Ví dụ như lúc này đây, tất cả chúng ta đều ngồi nghe giảng Pháp một cách thoải mái với tâm hồn tĩnh lặng. Nhưng nếu chúng ta bất chợt nghe một tin chẳng lành nào đó thì tâm hồn ta sẽ bị xáo động ngay và ta sẽ đối diện với khổ đau. Tương tự, khi trong lòng ta có những ý niệm xấu ác, ta sẽ không thể nào ngủ an giấc. Ngay khi cảm xúc phiền não sinh khởi thì sự bình an và tĩnh lặng trong tâm hồn chúng ta bị khuấy động và điều này khiến ta phải tạm thời đau khổ.

Khi các cảm xúc phiền não khống chế chúng ta, ta mất đi sự tự chủ, vì hầu như ta sẽ bị xô đẩy vào các hành vi xấu ác. Do đó, các cảm xúc phiền não là nguyên nhân gây khổ đau cho ta. Đó là kẻ thù thực sự của ta. Chúng ta không muốn khổ đau. Chúng ta mong muốn hạnh phúc. Nhưng các cảm xúc phiền não này đẩy ta vào khổ đau. Dù vậy, bước khởi đầu sẽ khó khăn khi ta trực tiếp đối đầu với các cảm xúc phiền não mà không có sự chuẩn bị. Do đó, giai đoạn

We can start by avoiding the ten unwholesome actions. The Tibetan word for disturbing emotion has the sense of being something like suffering. Therefore, when someone is suffering, Tibetans say that that person is subject to disturbing emotions, which means he or she is disturbed or afflicted. Attachment, anger and so forth are disturbing emotions and they are so called because as soon as they arise in our minds, we feel unhappy, we encounter suffering and our mental peace is disturbed. I think this is quite true. For example, here we are all listening to the Dharma in a relaxed way, with calmness of mind. But if we suddenly hear some bad news, it will immediately disturb our minds and we will encounter suffering. Similarly when we have such negative minds within us, we will be unable to sleep soundly. The moment disturbing emotions arise, the calm and tranquility of our minds are disturbed, which makes us temporarily unhappy.

When we are overwhelmed by disturbing emotions, we lose our independence, because we almost involuntarily engage in negative deeds. Therefore, the disturbing emotions are responsible for our suffering. The disturbing emotions are our real enemy. We do not want suffering. We want happiness. But these disturbing emotions lead us into suffering. However, it is initially difficult to fight directly with these disturbing emotions when we are unprepared. So, the first stage of the practice, when we don't have the capacity to fight the

tu tập đầu tiên khi ta không có khả năng trực tiếp đối trị phiền não là, ít nhất cũng phải tránh không thực hiện các hành vi xấu ác. Tránh không thực hiện các hành vi xấu ác có nghĩa là không để cho các cảm xúc phiền não khống chế mình. Chẳng hạn, ta phải tự kiềm chế không ném đá vào ai đó chỉ vì tức giận. Tương tự, thỉnh thoảng quý vị có thể đi chợ và do sự tham luyến, mê muội nên trả tiền để người khác giết thịt một con gà cho mình ăn. Đây là điều ta nên tự chế không làm. Như vậy, giai đoạn tu tập đầu tiên, chủ yếu dành cho các hành giả sơ cơ, là phải tự chế và ngăn ngừa không để cho các cảm xúc phiền não khống chế mình.

Bước thứ hai, ta cần xác quyết rằng tất cả các cảm xúc phiền não đều sinh khởi từ vô minh, hay quan niệm sai lầm về bản ngã. Từ đó, ta cố gắng tạo ra sự đối trị để chống trả trực tiếp với vô minh và cảm xúc phiền não.

Trong giai đoạn tu tập thứ ba, do sự loại bỏ vô minh và quan niệm sai lầm về bản ngã vẫn là chưa đủ nên điều quan trọng là phải loại bỏ cả các chủng tử do chúng để lại trong tâm thức, bởi vì các chủng tử này là chướng ngại của sự giác ngộ vì lợi lạc cho tất cả chúng sinh.

Khi chúng ta giải thoát khỏi nguyên nhân căn bản của cảm xúc phiền não là vô minh, thì ta được giải thoát. Khi chúng ta loại bỏ được các chủng tử do vô minh và cảm xúc phiền não để lại trong tâm thức,

delusions directly, is to at least refrain from engaging in negative activities. To restrain ourselves from negative activities means not allowing ourselves to become overwhelmed by disturbing emotions. We should restrain ourselves, for example, from throwing stones at someone out of anger. Similarly, you might sometimes go to the market and out of attachment and delusion you might order a chicken to be slaughtered for you to eat. This is the sort of thing we should restrain ourselves from. So the first stage of practice, which is mainly observed by individuals of initial capacity, is to restrain ourselves and prevent ourselves being overwhelmed by disturbing emotions.

As a second step, we need to establish that all disturbing emotions arise from ignorance or the misconception of self. Then we try to generate the antidote and fight directly with ignorance and the disturbing emotions.

Then the third stage of practice is that it is not enough to have removed ignorance and the misconception of self, it is important to remove even the imprints they leave behind, because these imprints are an obstruction to enlightenment for the benefit of all sentient beings.

When we are liberated from the root cause of disturbing emotions, which is ignorance, we attain liberation. And when we eliminate the imprints left behind by the ignorance and the disturbing

thì ta đạt quả Phật. Do đó, bằng cách tạo ra sự đối trị, ta có thể tự cứu mình ra khỏi các mức độ sợ hãi khác nhau như trên. Để tìm ra con đường tu tập đúng đắn này, điều quan trọng là ta phải tìm được một bậc thầy thích hợp, như đức Phật. Tất cả sự thực hành Pháp của chúng ta đều phải bắt nguồn từ quan điểm duyên sinh. Và chính đức Phật Thích-ca Mâu-ni đã là bậc thầy có khả năng vô vấn tự thuyết về ý nghĩa của duyên sinh. Do đó, Ngài là một bậc thầy chân chính, và Tăng-già là thiện tri thức thường xuyên nhắc nhở việc tu tập tâm linh. Tăng-già giống như một người y tá, luôn ở bên cạnh giường bệnh nhân.

Đoạn văn tiếp theo giảng giải pháp tu cho những ai có khả năng cao hơn.

Tâm Bồ-đề vị tha là rường cột của Đại thừa.

Là nền tảng và căn bản của những thiện hạnh phi thường.

Như thuốc luyện đan biến hai kho chứa thành vàng ròng,

Tâm Bồ-đề là kho báu phước huệ hàm chứa mọi thiện hạnh.

Biết được điều này, các bậc Bồ Tát dũng mãnh

Luôn lấy tâm Bồ-đề quý báu tối thượng,

Làm pháp tu tinh yếu cho mình.

Bậc Thầy tôn kính của ta đã làm như thế.

Và người cầu tìm giải thoát như ta cũng sẽ làm theo như thế.

emotions, we attain Buddhahood. Therefore, by generating the antidotes we can release ourselves from these different levels of fear. In order to find this right path, it is important to find a proper teacher like the Buddha. All our Dharma practices should be rooted in the notion of dependent arising. And it was Buddha Shakyamuni who had the capacity to voluntarily teach the meaning of dependent arising. Therefore, he is a valid teacher and the Sangha is the friend who constantly reminds about spiritual practice. The Sangha is like a nurse, always at the bedside of the sick person.

Next the text explains the practice for individuals with greater capacity.

The altruistic intention is the mainstay of the supreme vehicle,

The foundation and basis of its powerful activities.

Like an elixir that turns the two stores to gold,

it's a treasure of merit comprising every kind of good.

Knowing this, heroic Bodhisattvas make this precious

And supreme attitude their quintessential practice.

This is what my revered and holy teacher did,

And I, who seek liberation, will do likewise.

Trước hết, đoạn kệ này mô tả việc phát tâm Bồ-đề, vốn là một pháp tu tập không gì hơn được, là nguồn hạnh phúc cho chính ta và cho tất cả chúng sinh. Tác phẩm *"Nhập Trung đạo"* nói rằng, các vị Thanh văn và Độc giác Phật được sinh ra từ Phật, chư Phật được sinh ra từ chư Bồ Tát, và chư Bồ Tát được sinh ra từ lòng bi mẫn và tâm Bồ-đề.

Khi chúng ta nói về việc phát tâm Bồ-đề thì ý nghĩa chính xác trong Tạng ngữ là "rộng mở tâm thức'. Thông thường, khi chúng ta luôn nghĩ đến lợi lạc cho riêng mình thì tâm ta không mở rộng mà hẹp lại. Khi ta không còn nghĩ đến lợi lạc cho riêng mình, ta mới thấy được rằng lợi lạc của người khác cũng quan trọng. Và khi ta suy ngẫm về tính chất tương quan tương thuộc thì ta nhận thức được tầm quan trọng của việc các chúng sinh khác phải có được hạnh phúc, cũng như việc đó có quan hệ như thế nào đến hạnh phúc của chính ta. Do đó, khi chúng ta quan tâm đến hạnh phúc của người khác nhiều hơn là hạnh phúc của riêng mình thì ta gọi đó là "rộng mở tâm thức".

Bản chất đích thật của tâm Bồ-đề là, khi đã đi vào tu tập để tự giải thoát khỏi khổ đau cũng như đã nhận diện được bản chất của những cảm xúc phiền não, vốn là chướng ngại cho việc đạt đến Niết-bàn hay giải thoát, chúng ta sẽ hướng đến khả năng loại bỏ ngay cả những chủng tử do vô minh để lại trong tâm thức. Vô minh là giả tạm và vô thường nên có thể loại bỏ, và vì thế nên những chủng tử do nó để

First it describes the generation of the awakening mind which is an unsurpassable practice, the source of happiness for ourselves and all other sentient beings, and the source of all excellent qualities. Entering into the Middle Way says, 'Listeners and Solitary Buddhas were born from the Buddha; and the Buddhas were born from Bodhisattvas, and Bodhisattvas were born from compassion and the awakening mind.'

When we talk about generating the awakening mind, the exact meaning for the Tibetan words is 'extending the mind.' Ordinarily, when we always think about our own welfare, our mind is not extended but narrow. When we cease to think only about our own welfare, we give importance to the welfare of others. And when we think about the nature of interdependence, we take account of the importance of other sentient beings achieving happiness and how it is related to our own happiness. So when we care more for the welfare of other sentient beings than for ourselves, we call it 'extending the mind.'

The actual nature of the awakening mind is that having engaged in the practice of liberating ourselves from suffering and having identified the nature of the disturbing emotions that obstruct the attainment of nirvana or liberation, we address the possibility of removing even the imprints left behind by ignorance. Since ignorance can be removed, because it is temporary and impermanent, the

lại trong tâm thức cũng là giả tạm và có thể xóa bỏ hoàn toàn. Những chủng tử này ngăn trở sự thành tựu quả Phật.

Khi thành tựu quả vị Phật, chúng ta sẽ đạt được nhất thiết trí. Trước lúc này, khả năng rõ biết mọi thứ của tâm quang minh bị những chủng tử của vô minh che lấp. Ngay khi loại bỏ được sự che chướng này, vốn là trở ngại của nhất thiết trí hay tuệ giác, chúng ta sẽ thành tựu Phật quả. Ở đạo vị này, ta có thể rõ biết hết thảy mọi việc, nhất là những nhu cầu và khuynh hướng trong tâm ý của mọi chúng sinh khổ đau, và điều này giúp ta chỉ thực hiện những hành vi nào chắc chắn sẽ sẽ làm lợi lạc cho chúng sinh. Nếu không biết được những nhu cầu và khuynh hướng [tâm ý] của người khác, ta sẽ không thể giúp đỡ họ. Ngay cả khi chúng ta có một động cơ rất tốt, nhưng nếu chúng ta không biết người khác thật sự muốn gì thì chúng ta sẽ không thể giúp đỡ họ. Trừ phi ta có một tâm thức thấu hiểu rõ ràng nhu cầu của người khác, bằng không thì ta sẽ không thể giúp đỡ họ. Khi đã phát nguyện làm lợi lạc cho chúng sinh thì một tâm thức toàn tri là cực kỳ quan trọng.

Có hai mức độ phát tâm Bồ-đề. Một là tâm nguyện làm lợi lạc cho chúng sinh và hai là tâm nguyện thành tựu quả vị Phật. Tâm nguyện đáp ứng những mong cầu của chúng sinh là nhân đích thực để đưa đến [quả là] tâm giác ngộ và được hỗ trợ bởi ước nguyện thành tựu quả vị Phật. Chúng ta

imprints it leaves behind are also temporary and can be eradicated. These imprints left behind by ignorance obstruct the attainment of Buddhahood.

When we attain Buddhahood, we gain omniscience. Prior to this, the potential of the clear light mind to know everything is obstructed by the imprints of ignorance. As soon as we remove that hindrance, which is called the obstruction to omniscience or knowledge, we achieve Buddhahood. At that level we will be able to know everything, especially the needs and mental dispositions of all suffering sentient beings, which enable us to do only those actions which will definitely benefit other people. If we do not know the needs and attitudes of other people, we will be unable to help them. Even if we have a very good motivation, if we do not know what it is that other people really want, we will not be able to help them. Unless we have a mind which is clearly aware of other people's needs, we will not be able to benefit them. Having generated a wish to benefit other sentient beings, the omniscient mind is extremely important.

There are two levels of generating the awakening mind. One level aspires to work for the benefit of other sentient beings and the other aspires to attain Buddhahood. The aspiration to fulfill the purposes of other sentient beings is the actual cause of the awakening mind and it is assisted by the aspiration

phải tu tập trên cả hai mức độ này, và điều đó tạo ra một tâm thức có đủ hai phương diện. Tâm Bồ-đề là một tâm thức diệu kỳ, tuyệt hảo và quý báu. Chỉ trong cõi đời này thôi, chưa cần nói đến việc phát triển được tâm Bồ-đề toàn diện, chỉ cần có chút lòng nhân từ rộng lượng, quý vị cũng sẽ có nhiều bạn bè hơn quanh mình. Một con chó ngoan hiền sẽ càng có nhiều hơn những người đến vuốt ve và cho ăn. Nhưng một con chó gặp ai cũng sủa và rượt đuổi thì sẽ không ai đến gần hoặc cho nó ăn cả.

Tương tự, nếu một thành viên trong gia đình có tâm ý điềm tĩnh thì gia đình ấy sẽ được êm ấm hơn. Ngược lại, nếu một thành viên trong gia đình luôn giận dữ và thiếu kiên nhẫn thì gia đình ấy sẽ hướng đến những bất ổn. Thông thường, khi một gia đình gặp quá nhiều thất bại, người ta hay nói đến những trở ngại từ nơi khác, nhưng tôi không nghĩ rằng điều này là đúng. Tôi nghĩ rằng, gia đình ấy có nhiều khả năng đang gặp vấn đề gì đó bất ổn ngay trong nội bộ, vốn do khuynh hướng tinh thần của các thành viên trong gia đình gây ra.

Nếu có ý thức tôn trọng, điềm tĩnh và kiên nhẫn, thì ngay cả khi tiếp xúc với một người xa lạ trên đường đi, quý vị cũng có thể dễ dàng kết bạn. Ngược lại, nếu quý vị luôn luôn duy trì sự ngờ vực, thì ngay cả khi ai đó đã chân thành nói ra sự thật, quý vị sẽ vẫn tiếp tục hoài nghi. Một người nào đó có thể chân thành muốn giúp đỡ, nhưng quý vị vẫn nghi ngờ và điều này sẽ dẫn đến rắc rối. Thực tế là không

to attain Buddhahood. We have to train on both these levels, which results in a mind possessing two aspects. The awakening mind is a wonderful, excellent and precious mind. In this life alone, not to speak of developing the fully fledged awakening mind, if you have even a trace of benevolence, you will have more friends around you. More people pat and share their food with a dog which is normally peaceful and calm. But no one approaches or feeds a dog that barks and chases everyone.

Similarly, if one member of a family has calmness of mind, then there will be greater peace within that family. On the other hand, if one member of a family is always angry and impatient, the family is headed for trouble. Usually when a family is very unsuccessful, people talk about there being hindrances from some other quarter, but I don't think this is true. I think it is more likely something is wrong within the family, which is due to the mental attitude of the members of the family.

If you have a sense of respect, calmness and patience within your mind, then even if you meet someone you don't know on the road, you easily will be able to make friends with him or her. On the other hand if you always remain suspicious, even if someone sincerely tells the truth, you will continue to doubt it. Someone may sincerely want to help you, but you will have doubts about

một việc làm nào là không phụ thuộc vào sự giúp đỡ và lòng tốt của người khác. Nếu chúng ta luôn xem mọi người hay những chúng sinh khác đều như kẻ thù, nếu chúng ta luôn nghi ngờ họ, thì làm sao chúng ta có thể mong đợi việc tìm thấy hạnh phúc lâu bền? Theo bản chất tự nhiên, con người chúng ta có khuynh hướng sống hợp quần xã hội, khác với các loài thú hoang chỉ sống cô độc, trừ ra vào mùa giao phối. Dù thích hay không thích thì thực tế là chúng ta không thể sống được mà không phụ thuộc vào người khác. Do đó, sẽ không hợp lẽ nếu ta chỉ nghĩ đến riêng bản thân mình và phớt lờ đi hạnh phúc của người khác. Điều cực kỳ quan trọng là phải giảm thiểu khuynh hướng vị kỷ và nuôi dưỡng một tâm thức biết quan tâm đến lợi lạc của người khác. Trạng thái rốt ráo của tâm thức vị tha đó chính là sự phát tâm Bồ-đề.

Một khi chúng ta có được một tâm Bồ-đề như vậy và phát nguyện duy trì trong nhiều kiếp tương lai, đó là ta đã soi sáng vào cội nguồn đích thực của hạnh phúc. Thực hành phát tâm Bồ-đề được xem là cốt lõi của tu tập Đại thừa. Nếu chúng ta có được một phần cốt lõi như thế, thì tất cả các pháp tu tập khác đều sẽ là lợi lạc và hữu ích. Tâm Bồ-đề giống như một liều thuốc luyện đan có thể biến mọi thứ thành vàng. Bất kỳ chúng ta phát triển những hành vi gì và hành xử như thế nào, cũng đều phải dựa trên nền tảng tâm Bồ-đề này. Tâm Bồ-đề là một kho báu chứa tất cả các phẩm tính tuyệt hảo. Khi chúng

it, which will lead to trouble. The reality is that there is nothing to do but depend on the help and kindness of other people. If we always treat other people or other beings as our enemies, if we are always suspicious of them, how can we expect to find lasting happiness? We are naturally sociable, unlike wild animals who go about their lives alone except in the mating season. Whether we like it or not, the reality is that we cannot survive without depending on others. Therefore it is inappropriate to think only of ourselves, ignoring the welfare of other people. It is extremely important to reduce our self-centered attitude and generate a mind that is concerned for the welfare of other people. The ultimate state of that mind is the generation of the awakening mind.

Once we have such a mind and we generate a determination to sustain it for many lives to come, we will have lighted on the real source of happiness. The practice of generating the awakening mind is like the axis of great vehicle practice. If we have such an axis, all other practices will be useful and beneficial. The awakening mind is like an elixir that transforms everything into gold. Whatever extensive activities and conduct we pursue, this mind should be the basis. It is like a precious treasure which comprises all fine qualities. When we make a commitment to generate the awakening

ta nguyện phát tâm Bồ-đề để thành tựu quả Phật, thì bất kỳ việc gì ta làm, dù khi tỉnh thức hay trong giấc ngủ, ta sẽ luôn tích tập được các thiện hạnh. Do đã sẵn có quyết tâm thành tựu quả Phật vì lợi lạc cho tất cả chúng sinh, nên ngay cả khi ta có rơi vào cơn say đi nữa thì các thiện hạnh của ta vẫn tiếp tục phát triển hay nảy nở. Do ảnh hưởng của tâm Bồ-đề, dù một bước đi hay một miếng ăn cũng đều sẽ trở thành một thiện nghiệp. Ngay cả việc thở ra, hít vào của quý vị cũng sẽ làm lợi lạc cho chúng sinh.

Do đó, ngay cả những hành vi mà thông thường được xem là xấu ác cũng có thể trở thành hiền thiện, lợi lạc nếu chúng có động cơ phát sinh từ tâm Bồ-đề. Đó là lý do vì sao các vị đại Bồ Tát chủ yếu nuôi dưỡng tâm thức tối thượng và quý báu này. Đó là sự tu tập chính yếu của các ngài, trong khi chúng ta thì thông thường lại lấy việc tụng chú làm chính yếu. Thế nên từ nay về sau ta phải nhận thức rằng, tu tập phát tâm Bồ-đề là sự tu tập tối quan trọng, và việc tụng chú, quán tưởng bổn tôn thiên thủ v.v... chỉ là tu tập thứ yếu. Trừ phi việc quán tưởng bổn tôn của chúng ta được dựa trên nền tảng tu tập phát tâm Bồ-đề, bằng không thì sự tu tập quán tưởng ấy sẽ không có hiệu quả. Con đường duy nhất để giải thoát được cho là phải sinh khởi tuệ giác chứng ngộ tính Không. Cũng vậy, để thành tựu quả Phật thì không có con đường nào khác hơn là phải phát tâm Bồ-đề.

mind in order to attain Buddhahood, then whatever we do, whether we are awake or asleep, we will accumulate positive virtues. Because of our earlier determination to attain Buddhahood for the benefit of all other sentient beings, even if we get drunk, our virtuous qualities will go on growing or multiplying. Under the influence of that mind taking a single footstep, or eating one morsel of food, will become a positive act. Even your inhalation and exhalation of breath will be beneficial to other sentient beings.

Therefore, even those activities which would normally be regarded as negative can become positive, beneficial activities if they are motivated by the awakening mind. This is why the great bodhisattvas mainly cultivated this supreme, precious mind. That was their main practice, whereas ordinarily our main practice is the recitation of mantras. Henceforth we should recognize that the practice of the awakening mind is the most important practice and that recitation of mantras and meditation on a personal deity with a multitude of hands and so forth is a secondary practice. Unless our meditation on such deities is based on the practice of the awakening mind, it will not be effective. Just as it is said that the only pathway to attain liberation is the generation of wisdom understanding emptiness, for the attainment of Buddhahood, there is no second path, it is only generation of the awakening mind.

Nếu chúng ta nỗ lực để trở nên khôn khéo và phớt lờ lợi ích của người khác, cố gắng thu vén lợi lộc tối đa về cho riêng mình thì kết quả không chỉ rốt cùng sẽ là không tốt, mà ngay cả trước mắt cũng vậy. Với cách cư xử như thế, ta sẽ không có người bạn nào có thể tin cậy được. Đây là điều mà chúng ta trải nghiệm trong cuộc sống hằng ngày. Phương cách đích thực để có được lợi thế hay lợi ích là sử dụng sự khôn ngoan của ta. Điều quan trọng là ta phải sử dụng theo cách sao cho có thể gặt hái được tối đa lợi ích và hạnh phúc, trước mắt cũng như lâu dài. Để đảm bảo hạnh phúc lâu dài, chúng ta có thể phải tạm thời trải qua đôi chút gian khổ. Là con người, chúng ta phải sử dụng trí khôn của mình một cách đúng đắn, sao cho có thể tạo được hạnh phúc trong tâm ta cũng như cho tất cả chúng sinh. Vì chúng ta đã có được thân người hiếm quý này, nên nếu có thể thì ta phải cố gắng theo đuổi những con đường nào mang lại lợi ích rốt ráo cho chính ta và mọi người khác. Ít nhất ta cũng phải tránh những hành vi nào làm hạn chế hạnh phúc của người khác.

Sau khi phát khởi nguyện lực tinh tấn dũng mãnh hướng đến quả vị Phật vì lợi lạc cho tất cả chúng sinh, chúng ta phải thực sự thực hành Bồ Tát hạnh. Mục đích thực sự của vị Bồ Tát trong việc thành tựu Phật quả là để mang lại lợi lạc cho tất cả chúng sinh. Do đó, việc thực hành [Bồ Tát hạnh] bao gồm bốn phương pháp nhiếp phục đệ tử (Tứ nhiếp pháp) và sáu pháp ba-la-mật (Lục độ). Tất cả nội

If we try to be clever and ignore the welfare of other people, trying to derive the maximum benefit for ourselves, the result will be negative not only ultimately but also temporarily. Behaving that way, we will have no friends we can trust. This is what we experience in daily life. The real way of gaining advantage or benefit is to use human intelligence. It is important to use it in such a way that we derive the maximum happiness and benefit, temporarily and in the long run. To ensure long term happiness, we may temporarily have to undergo minor hardship. As human beings we should use our intelligence in the right way so that we can generate happiness within our own minds and within the minds of all other sentient beings. Since we have found this precious human life, if we can we should try to pursue those paths that are ultimately beneficial for ourselves and other sentient beings. At least we should avoid those activities which limit the happiness of other people.

Having generated the resolution or courage to attain Buddhahood for the benefit of all sentient beings, we have to actually engage in the practices of a bodhisattva. The bodhisattva's very purpose in actualizing Buddhahood is to benefit all other sentient beings. Therefore, the practice includes the four means of gathering disciples and the practice of

dung tu tập của vị Bồ Tát có thể được bao gồm trong sáu pháp Ba-la-mật này.

Về pháp thứ nhất là bố thí, chánh văn dạy rằng:

Hạnh bố thí là viên ngọc như ý

Thỏa bao ước nguyện của chúng sinh

Là phương tiện tốt nhất đối trị xan tham

Pháp hành của Bồ Tát làm sinh khởi sự dũng mãnh phi thường

Tiếng lành thơm ngát lan tỏa khắp mười phương

Biết được như thế, bậc trí giả nương theo con đường tốt đẹp,

Bố thí trọn vẹn cả thân mạng, tài sản và công đức.

Bậc Thầy tôn kính của ta đã làm như thế.

Và người cầu tìm giải thoát như ta cũng sẽ làm theo như thế.

Khi chúng ta thực sự thực hành hạnh bố thí, ta nên bắt đầu với những món quà dễ dàng trao tặng đối với ta, sau đó sẽ dần dần phát triển sâu rộng hơn. Đây là một pháp tu tập và nhận hiểu lớn lao qua đó chúng ta cuối cùng sẽ có khả năng bố thí thân mạng, tài sản và các công hạnh của chúng ta. Mục đích chính của sự tu tập hạnh bố thí là làm lợi lạc cho chúng sinh chứ không phải để làm tăng thêm danh tiếng của mình hay để giúp ta tích lũy công đức. Sự tu tập bố thí là để làm giảm bớt đi những

the six perfections. All the practices of a bodhisattva can be included within these six perfections.

The first concerns giving, about which the text says:

Giving is the wish-granting jewel fulfilling the hopes of living beings,
The best weapon with which to cut the knot of miserliness,
A Bodhisattva activity that gives rise to indomitable courage,
And spreads one's fame in the ten directions.
Knowing this, the wise follow the good path
Of completely giving body, possessions and virtue.
This is what my revered and holy teacher did,
And I, who seek liberation, will do likewise.

When we engage in the actual practice of giving, we should start with gifts that are easy to make and then gradually extend the scope. This is a great practice and knowing that we should ultimately be able to give away our bodies, wealth and virtuous qualities. The main aim of the practice of giving is to benefit other sentient beings, not to enhance our name and fame, or to enable us to accumulate qualities. The practice is to relieve the sufferings of

khổ đau của chúng sinh. Do đó, chúng ta phải biết cách bố thí như thế nào và vào lúc nào... là thích hợp. Như thuốc men chẳng hạn, vốn có thể là hữu ích, nhưng nếu được trao cho không đúng lúc, hay không đúng người, thì có thể có hại.

Nói chung có ba loại bố thí, trong đó pháp thí là một loại. Việc giúp đỡ về vật chất cho người (hành khất...) và vật (chim muông, chó đói...) v.v... là một loại khác. Về pháp thí, không nhất thiết phải là một vị lạt-ma hay ngự trên tòa cao để giảng pháp. Khi chúng ta giúp ai đó một lời khuyên tốt, khuyến khích người ấy từ bỏ một thói quen xấu, thì thực ra đó chính là pháp thí. Tuy nhiên, từ quan điểm tâm linh cũng như quan điểm thông thường mà nói thì việc giảng dạy cho người khác vẫn là một thực hành tuyệt diệu. Việc giảng dạy vừa giúp người nghe phát triển trí tuệ, vừa giúp chính bản thân ta cũng tăng thêm hiểu biết. Vai trò của người thầy là một cơ hội lớn để phụng sự các học trò. Nếu người thầy có tâm chân thành và giảng dạy với một động cơ đúng đắn, thì sự dạy dỗ của người ấy sẽ lưu lại dài lâu trong tâm trí của học trò.

Cũng vậy, người bác sĩ kê toa đúng thuốc cho bệnh nhân là đã thi hành chức nghiệp một cách rất tốt rồi. Nhưng nếu vị bác sĩ ấy làm việc với một động cơ chân thành muốn làm lợi lạc cho bệnh nhân, thì dù toa thuốc có chữa khỏi được bệnh hay không, bệnh nhân vẫn cảm thấy hạnh phúc vì có thể tin tưởng vào bác sĩ. Từ sự quan tâm của bác sĩ, bệnh

other sentient beings. Therefore, we should know the proper time and the proper way to give and so forth. For example, medicine, which can be beneficial, given at the wrong time or to the wrong person, can be harmful.

Generally there are three kinds of giving, of which giving the Dharma or teaching is one and giving material help to birds, hungry dogs, beggars and so forth is another. For the giving of teaching it is not necessary to be a lama or sit on a high throne to teach. When we give someone a piece of good advice, encouraging him or her to overcome some negative habit, that in fact is giving Dharma. Nevertheless, both from the spiritual and general point of view giving teaching to other people is a wonderful practice. Doing so we can develop their intelligence and at the same time increase our own intelligence. The role of teacher is a great opportunity to serve students. If the teacher is sincere and teaches with a proper motivation, the education he or she gives will remain in the student's mind a long time.

Similarly, the physician who gives the correct medicine to the sick is doing a great service. But if he or she works with sincere motivation to benefit the sick, whether the medicine cures the sickness or not, the patient will feel happy because he or she

nhân cảm thấy được động viên và an toàn. Cảm giác hy vọng đó thực sự góp phần rút ngắn thời gian điều trị. Do đó, những công việc chuyên nghiệp như chữa bệnh và dạy học, miễn là được thực hành với một động cơ tốt đẹp, đều là những cơ hội tuyệt vời để người ta tu tập Giáo pháp thông qua công việc của họ.

Nếu chúng ta so sánh các tăng ni Phật giáo với các tu sĩ Thiên chúa giáo, tôi cho rằng chúng ta kém xa họ về các hoạt động xã hội. Có những tu sĩ Thiên chúa giáo chân thành theo đuổi mục tiêu chính là làm theo lời dạy của Chúa. Nhưng đồng thời họ cũng nhiệt thành tham gia các hoạt động xã hội, và điều này gián tiếp giúp họ phát triển dòng tu của mình. Với suy nghĩ đó, tôi thường nói với chư tăng ni rằng họ cũng có thể đóng một vai trò lớn lao trong việc phụng sự xã hội như là những thầy giáo hay bác sĩ v.v... Điều này cũng trực tiếp góp phần vào việc phát triển Phật pháp.

Trong số hàng ngàn tăng ni [Tây Tạng] sống lưu vong ở đây, quả thật có một số ít các vị sống ẩn cư và tu tập rất tuyệt vời. Bằng cách đó, họ có thể phát triển những phẩm chất tâm linh đích thực và tự thân có sự chứng đắc. Họ là những tấm gương về các hành giả tu tập tốt, nhưng việc những người xuất gia cần phải sáng tạo hơn và hữu ích hơn cho xã hội cũng là điều quan trọng. Ngay cả khi quý tăng ni đang sống trong các tự viện, chư vị vẫn có thể thành lập các bệnh viện hay trường học ở đó. Ngày nay, ở những

can trust the doctor. Because of the doctor's concern, the patient feels encouraged and secure. That sense of hope actually contributes to a quicker recovery. Therefore professions like medicine and teaching, provided they are done with a good motivation, are great opportunities for people to practise Dharma through their work.

If we compare our Buddhist monks and nuns with their Christian counterparts, I think we are lagging far behind in terms of social activities. There are sincere Christian practitioners whose primary goal is fulfilling the words of God. But at the same time they engage in sincere social activities, which also indirectly help develop their tradition. Bearing this in mind, I have often told our monks and nuns that they can also play a great role in social service as teachers or physicians and so forth. This would also contribute directly to the development of the Buddha dharma.

Among the several thousand monks and nuns here in exile, there are indeed a few who, staying in isolation, are doing excellent spiritual practice. In that way they are able to develop real spiritual qualities and personal realization. They are examples of good spiritual practitioners, but it is also important that the ordained be more creative and more helpful in society. Even if you stay in a monastery or a nunnery, you can establish hospitals and schools within your institution. These days, in

nước như Nhật Bản chẳng hạn, có nhiều trường học đã được các tu viện đứng ra thành lập.

Thuyết giảng giáo pháp hay phụng sự giáo dục, hoặc làm y tá chăm sóc người bệnh, đều là những thực hành hạnh bố thí đích thực và rất quan trọng. Chúng ta cũng có thể thực hành hạnh bố thí thông qua sự quán tưởng và cầu nguyện: *"Nguyện cho con có đủ khả năng thực hành theo giống như các vị Đại Bồ Tát đã làm."*

Pháp tu tiếp theo trong sáu pháp Ba-la-mật là hạnh giữ giới. Chánh văn dạy rằng:

Giới hạnh là dòng nước rửa sạch vết nhơ ác nghiệp.

Là ánh trăng dịu mát làm tan đi sự nóng bức khổ sở của phiền não.

Sừng sững như núi Tu-di giữa chúng sinh trong chín cõi.

Uy lực của giới hạnh điều phục mọi chúng sinh, chẳng cần đe dọa.

Biết được như vậy, bậc thánh nhân nghiêm cẩn giữ gìn,

Những giới luật đã phát tâm thọ trì, như giữ gìn đôi mắt.

Bậc Thầy tôn kính của ta đã làm như thế.

Và người cầu tìm giải thoát như ta cũng sẽ làm theo như thế.

places like Japan, there are many schools which were established by the monasteries.

Giving Dharma or giving education, or helping sick people as a nurse, is very important, real practices of giving. We can also do the practice of giving through visualization and pray: 'May I also be able to practice as the Bodhisattvas who have reached higher spiritual levels have done.'

The next perfection concerns ethics. The text says:

Ethical conduct is water that washes the stains of faulty action,

And moonlight dispelling the hot torment of disturbing emotions.

Glorious like Mount Meru among those of the nine states,

Its power subdues all beings, without use of threats.

Knowing this, the excellent safeguard, like their eyes,

The rules of conduct to which they're wholly committed.

This is what my revered and holy teacher did,

And I, who seek liberation, will do likewise.

Phương thức tự chế để không phạm vào các hành vi sai lầm hay bất thiện không phải là chỉ biết cầu nguyện để những sai trái như thế không đến với ta. Trước hết, chúng ta phải hiểu được những hành vi nào là xấu ác, vì sự thiếu hiểu biết là một trong những con đường dẫn đến sự sai lầm. Nếu chúng ta không biết được điều gì là sai trái thì ngay cả khi ta đang khổ sở vì chúng, ta cũng sẽ không nhận biết được là chúng đang hiện diện. Đôi khi, mặc dù chúng ta biết được bản chất của sai trái và xem trọng sự tu tập, nhưng ta vẫn phạm vào các hành vi xấu ác do sự chi phối mạnh mẽ của các cảm xúc phiền não. Trước hết ta phải thanh lọc các phiền não thô trược, và sau đó là những phiền não vi tế hơn.

Một con đường khác dẫn đến sai trái là sự thiếu cẩn trọng. Mặc dù chúng ta có thể không khởi tâm sân hận và tham luyến ngay từ đầu, nhưng sự thiếu cẩn trọng có thể gây ra điều này. Chẳng hạn, ta xem truyền hình hay các bộ phim có những cảnh khơi dậy sự tham luyến và sân hận. Một mặt thì truyền hình rất hữu ích vì nó cho ta biết những gì đang xảy ra trên thế giới rộng lớn. Nó mở rộng tầm nhìn của ta, nhưng nó cũng tạo cơ hội cho sự bất thiện phát triển. Xem quá nhiều cảnh đánh nhau có thể khiến ta bắt chước theo đó trong cách ứng xử. Những thứ đó có thể làm xáo trộn tâm an tĩnh của ta. Do đó, điều quan trọng là trong cuộc sống hằng ngày ta phải luôn cảnh giác và tỉnh thức. Chúng ta phải nghĩ rằng: *"Tôi là một Phật tử, tôi là người tu tập*

The way to restrain ourselves from faulty or unwholesome deeds is not merely to pray that such faults do not fall upon us. We should first understand what negative activities are, because lack of knowledge is one of the ways in faults arise. If we do not know what such faults are, even if we are afflicted by them, we will not recognize their presence. Sometimes though we know the nature of the fault and respect the training, because of the power of disturbing emotions we engage in negative activities. We have to purify disturbing emotions at the grosser level first and then at the subtler level.

Another way in which the faults arise is due to carelessness. Although we may not be subject to attachment and anger to begin with, carelessness can provoke them. For example, we watch television or movies containing scenes that can provoke attachment and anger. On the one hand television is quite beneficial because it informs us about things that are happening in the wider world. It expands our horizons, but it also provides an opportunity for increasing negativities. Watching too many fight scenes can lead us to imitate them in our own behaviour. These are ways in which our tranquil mind can be disturbed. It is important therefore that in our day to day lives that we be alert and mindful. We should think, 'I am a Buddhist, I am a spiritual

tâm linh, tôi là đệ tử của đức Phật." Chúng ta phải thường xuyên tự nhắc nhở mình về điều này.

Nếu quý vị có cơ hội đi săn thú hay bắn chim, thì lúc đó quý vị phải nhớ rằng việc tham gia một hành vi như thế là không thích hợp với một đệ tử của đức Phật Thích-ca Mâu-ni. Mấy năm trước, tôi gặp một tu sĩ rất tốt. Ông ta kể cho tôi nghe rằng, khi đến Lhasa ông ta đã trông thấy một người Trung Quốc bán một loại rắn đã bị giết chết một cách dã man. Khi bắt được một con rắn loại này, họ sẽ ghim con vật vào một cái bảng gỗ bằng một cây đinh xuyên qua chỗ đôi mắt nó. Ông ta khiếp sợ bởi cảnh tượng đó đến nỗi khẩn cầu tôi hãy cầu nguyện cho những sinh linh đau khổ ấy.

Từ thời cổ, người Tây Tạng chúng tôi đã phải phụ thuộc vào việc ăn thịt [để sống], nhưng chúng tôi không có thói quen xấu là ăn các loài bò sát hay côn trùng nhỏ bé. Chúng tôi cũng không có các trại gà nuôi giam, nơi hàng ngàn con gà bị giết. Mặc dù người Tây Tạng ăn thịt, nhưng chúng tôi luôn đặt ra những giới hạn nhất định. Giờ thì có nguy cơ rất lớn là người Tây Tạng sẽ nhiễm các thói xấu... Do đó, khi quý vị rơi vào hoàn cảnh sắp sửa ra tay cướp đi mạng sống của một con vật thì hãy tự nhắc nhở ngay rằng mình là một đệ tử của đức Phật. Nếu quý vị là người xuất gia thì hãy suy nghĩ rằng, mình đang mặc pháp phục, dấu hiệu của một đệ tử xuất gia theo đức Phật, nên đừng hành xử theo cách làm cho các vị xuất gia khác phải hổ thẹn.

practitioner, I am a follower of the Buddha.' We should remind ourselves of this again and again.

If you have the opportunity to hunt an animal or kill a bird, at that point you should remember that it is improper as a follower of Buddha Shakyamuni to engage in such a deed. A few years ago I met a very good monk who told me that when he came to Lhasa he saw a Chinese selling a kind of snake which had been killed in a horrible way. When they caught one of these snakes, they would impale it through the eye onto to a nail in a plank of wood. He was so horrified by the scene that he requested me to pray for such suffering sentient beings.

Since ancient times we Tibetans have depended on eating meat, but we do not have the bad habit of eating small reptiles and tiny insects. Nor did we have battery poultry farms where thousands of hens are slaughtered. Although Tibetans eat meat, we have always set certain limits to it. Now there is every danger that Tibetans will acquire negative habits... So, when you have an opportunity to take the life of an animal, immediately remind yourself that you are a follower of the Buddha. If you are an ordained person, you should think that since you are wearing a religious robe, which is an indication of being an ordained follower of the Buddha, you should not behave in a way that brings disgrace to others.

Trong một chừng mực nào đó, quả đúng là trong thời cổ có các tu viện khác nhau thường phối hợp quyền lực của họ để chiếm lấy những vật dụng nào đó của người khác; điều này có nghĩa là họ sống dựa vào tà mạng. Phật pháp đã có lúc suy đồi và nếu chúng ta phân tích sâu xa nguyên nhân của sự suy đồi này, ta sẽ thấy đúng như những gì ngài Vô Trước đã viết trong *Ba mươi bảy pháp hành Bồ Tát đạo*: *"Cho dù mang hình tướng của một người thực hành tâm linh, người ta vẫn có thể rơi vào các thực hành phi tâm linh."* Trong những giai đoạn đó, chúng ta đã có một kiểu nhìn nhận hoàn toàn trong sạch, nhưng không phải vì chúng ta quả thật trong sạch, mà chỉ vì ta thiếu kiến thức về phần còn lại của thế giới. Chúng ta quá xem mọi thứ ta có là điều tất nhiên. Hậu quả là một số hoạt động, như bóc lột chẳng hạn, đã phát sinh.

Chúng ta cũng phải lưu tâm đến thực phẩm của mình. Là những sa-di, sa-di ni cũng như tăng ni đã thọ Cụ túc giới, chúng ta phải lưu tâm đến việc thọ thực sau buổi trưa. Nói chung thì chúng ta không được thọ thực sau buổi trưa, nhưng có thể được phép trong trường hợp chế độ dinh dưỡng không đủ. Chúng ta cũng có thể nói rằng ta không được khỏe và dùng thêm thực phẩm sau bữa trưa. Cứ cho rằng điều này là đúng, nhưng ngay cả như thế thì ta cũng phải cẩn thận và thực hành tu tập hết sức mình. Về vấn đề ăn thịt, chúng ta cũng phải cẩn thận. Trong các bản văn về giới luật tu viện, việc ăn thịt không hề bị cấm hoàn toàn, và đó là lý do ở các quốc gia

To some extent it is true that in ancient times different monasteries would use their combined power to take certain things from other people, which mean they depended on wrong livelihood. There was a degeneration of the Buddha dharma and if we make a fine analysis of the causes of such downfalls, it is as Asanga said in his Thirty seven Practices, 'Even though you are in the form of a spiritual practitioner you might engage in non-spiritual practices.' In those times we had a kind of completely purified vision, not because we were pure, but because of lack of knowledge about the rest of the world. We took everything so much for granted. As a result certain activities such as exploitation occurred.

We also have to be careful about our food. As novice monks and nuns as well as fully ordained bhikkshus we should be careful about the food we take in the afternoon. In general we are not supposed to eat then, but we are allowed to if our diet is insufficient. We can also say that we are unwell and take food after lunch. Let us say that this is correct, but even then we have to be careful and practice to the best of our capacity. As regards eating meat, we also have to be careful. In the texts on Monastic Discipline, eating meat is not completely prohibited, which is why in countries like Sri Lanka and Thailand they also do not hesitate to eat

như Tích Lan và Thái Lan người ta vẫn không ngần ngại khi ăn thịt. Họ dùng bất kỳ món ăn nào được cúng dường. Nhưng một hành giả tu tập theo Đại thừa phải lưu tâm không ăn quá nhiều thịt, vì ta thấy trong nhiều kinh điển Đại thừa cấm hẳn việc ăn thịt. Một số bản văn cho rằng món thịt mà chúng ta ăn đã chẳng còn sự sống, và do đó [việc ăn thịt ấy] không có hại gì. Cũng có một số ngoại lệ đối với những người bị đau gan chẳng hạn: họ ăn thịt vì lý do sức khỏe. Nhưng nói chung thì chúng ta phải kiềm chế không ăn quá nhiều thịt, nhất là ở các địa phương nhỏ như Dharamsala.

Trong mọi hoạt động hằng ngày, dù đi lại, ngủ nghỉ hay đang làm bất cứ việc gì, những ai trong chúng ta là tăng ni phải luôn tự nhắc nhở rằng mình là người xuất gia. Nếu bị khống chế bởi các cảm xúc phiền não, quý vị không thể cứ để yên như vậy mà cần phải thú nhận lỗi lầm ấy. Chúng ta cần phải dựa vào tâm chánh trực và chánh niệm để chấm dứt những lỗi lầm của tâm ý cũng như trong hành vi. Chúng ta phải dùng sự tỉnh giác để phân biệt xem một hành động nào đó có đáng thực hiện không, và [nếu có thì] phải thực hiện trong chánh niệm...

Tâm chánh trực và chánh niệm ngăn chặn sự phóng tâm xao lãng. Khi chúng ta tăng cường sức mạnh của chánh niệm và tâm chánh trực thì những xao lãng vi tế trong tâm thức bị ngăn chặn. Nếu quý vị chưa từng thực hành tâm chánh trực và chánh niệm thì sự khởi đầu sẽ vô cùng khó khăn, nhưng

meat. They take whatever is given to them. But a practitioner of the great vehicle should be careful not to take too much meat, since we find in many of the great vehicle scriptures that taking meat is prohibited. Certain texts say that the meat we are eating is already lifeless, so there is no harm in it. There are also exceptions to be made for people who have liver problems and so forth, who eat meat for health reasons. But generally speaking, we should try to refrain from too great consumption of meat, especially in small places like Dharamsala.

In all our daily activities, whether we are walking, sleeping, whatever we are doing, those of us who are monks and nuns should always remind ourselves that we are ordained persons. If you become overwhelmed by disturbing emotions, you should not just continue in the same manner, you should confess it. We should put a stop to the faults of our mental and physical activities in dependence on conscientiousness and mindfulness. We should use awareness to discriminate whether something is worth doing or not and then do it with mindfulness...

Conscientiousness and mindfulness stop mental distraction. When we strengthen the power of mindfulness and conscientiousness, the subtle internal mental distractions cease. If you do not already have some practice of mindfulness and

qua sự tu tập dần dần, quý vị sẽ có thể làm khởi sinh sức mạnh và củng cố những phẩm tính này. Dựa trên nền tảng là giới hạnh, chúng ta tu tập thiền định và chú tâm. Qua đó, ít nhất chúng ta cũng sẽ đạt được một sự nhất tâm mạnh mẽ và sau đó ta sẽ có thể phát triển một sự tỉnh giác phân biệt rất mãnh liệt. Khi chúng ta đã có chánh niệm và một tâm chánh trực trong sáng thì chúng ta cũng sẽ gặt hái những kết quả tốt đẹp tương tự khi thực hành pháp du-già bổn tôn. Nếu không được như thế thì sự thực hành của chúng ta chỉ là sự quán tưởng thô kệch, chẳng có hiệu quả.

Giới luật vô cùng quan trọng. Có những giới luật nhằm ngăn chặn những hành vi sai trái (chỉ ác), có những giới luật để tích tập thiện hạnh (tu thiện) và giúp đỡ người khác, vốn là một trong những mục đích quan trọng nhất của giới luật. Trừ phi chúng ta tự mình vâng giữ giới luật, bằng không thì ta sẽ không thể giúp đỡ người khác. Giúp đỡ người khác mang nhiều ý nghĩa hơn là chỉ đơn thuần nghiên cứu khía cạnh học thuật của Kinh điển. Do đó, để vâng giữ giới luật vì lợi ích của chúng sinh, trước hết chúng ta phải vâng giữ những giới luật tích tập thiện hạnh; và trước đó nữa ta nhất thiết phải vâng giữ những giới luật tránh không làm các hành vi xấu ác. Chúng ta phải thực hành tu tập theo bốn điều xả bỏ hoàn toàn.

Những giới luật phòng tránh các hành vi xấu ác (chỉ ác) cũng giống như nước rửa sạch dòng tâm thức,

conscientiousness, it will be extremely difficult for you to start, but through gradual practice you can empower and strengthen it. Using morality as the foundation, we practise meditative stabilization and concentration. Through that we gain at least a strong one-pointed mind, and then we can develop a very powerful discriminative awareness. When we have clear conscientiousness and mindfulness, we will have similar successful results when we do deity yoga practice. Otherwise our practice will just be a rough visualization, which will not be effective.

Ethical conduct is extremely important. There is the ethics of stopping unwholesome deeds, the ethics of amassing virtuous qualities and, one of the most important purposes of ethics, helping other people. Unless we discipline ourselves, we cannot help other people. Helping other people means more that mere academic study of the scriptures. Therefore in order to observe ethics for the benefit of other sentient beings, we should first observe the ethics of amassing virtuous qualities and prior to that we must observe the ethics of refraining from negative conduct. We should observe the practice of the four thorough abandonments.

The ethics of refraining from negative conduct is like water that cleanses our mental stream that cleanses our body, speech and mind. It is like

rửa sạch thân, khẩu, ý của chúng ta. Nó cũng giống như ánh trăng xua đi sức nóng của sự đau khổ. Khi chúng ta liên tục kềm chế các cảm xúc phiền não thì tác dụng của chúng sẽ giảm dần. Người nào quay lưng đi với những hành vi xấu ác, chế ngự tâm bất thiện và thành tâm giữ theo giới luật được ví như núi Tu-di đứng cao hơn tất cả những người khác. Điều này được giải thích trong một bản văn nói rằng, vị tỳ-kheo nào giữ giới luật nghiêm nhặt sẽ sáng chói hơn người khác. Người này chẳng cần thi triển sức lực mà mọi loài vẫn cúi chào. Biết như vậy, chúng ta phải bảo vệ và giữ gìn giới luật, cho dù đó là các giới biệt giải thoát (Ba-la-đề-mộc-xoa), giới Bồ Tát hay giới của Mật thừa. Chúng ta phải giữ gìn giới luật như giữ gìn đôi mắt của chính mình.

Kế tiếp là hạnh nhẫn nhục, vốn là pháp tu đặc biệt quan trọng đối với các vị Bồ Tát.

> *Nhẫn nhục là món trang sức tuyệt vời của bậc*
> *dũng mãnh,*
>
> *Và là pháp khổ tu tốt nhất để đối trị phiền não.*
>
> *Là Kim sí điểu vương, kẻ thù của rắn độc sân hận,*
>
> *Và là tấm khiên chắc chắn chống đỡ lời công kích*
> *thô bạo.*
>
> *Biết được như vậy, trong mọi hành vi ứng xử*
>
> *Đều quen khoác vào áo giáp nhẫn nhục kiên cố.*
>
> *Bậc Thầy tôn kính của ta đã làm như thế.*
>
> *Và người cầu tìm giải thoát như ta cũng sẽ làm*
> *theo như thế.*

moonlight dispelling the heat of suffering. When we restrain the disturbing emotions again and again, their strength gradually decreases. Someone who turns away from negative activities restrains the negative mind and has a sincere practice of ethics, is like Mount Meru standing above all other human beings. This is explained in a text which says that a bhikkshu who properly observes ethics shines out among others. All beings bow before such a one without his exerting power or force. Knowing this we must protect and guard ethics, whether it is the ethics of individual liberation, the ethics of the Bodhisattva, or the ethics of tantric practice. We should guard ethics as we would guard our own eyes.

Next is the practice of patience, which is especially important for Bodhisattvas.

Patience is the finest adornment of the powerful
And the best austerity to scourge disturbing emotions.
It is the Garuda, the snake of anger's enemy
And a hard shield against the weapons of harsh language.
Knowing this, grow accustomed in every manner to the stout armour of supreme patience.
This is what my revered and holy teacher did,
And I, who seek liberation, will do likewise.

Giáo pháp của đức Phật Thích-ca Mâu-ni được dựa trên nền tảng, hay bắt nguồn từ lòng bi mẫn, mà ngược lại với nó là tâm sân hận, thù hằn. Nhẫn nhục là biện pháp trực tiếp đối trị sự thù hằn, sân hận. Do đó, thực hành nhẫn nhục vô cùng quan trọng. Có nhiều hình thức nhẫn nhục: chịu đựng sự tổn hại, chấp nhận khổ đau một cách nhẫn nại và kiên trì xác tín trong sự cung kính đối với các Pháp môn tu tập.

Một trong những chướng ngại lớn nhất khi thực hành nhẫn nhục là khi có ai đó gây tổn hại cho ta. Nếu ta đủ khả năng chế ngự được sự thôi thúc trả thù [kẻ gây hại] thì điều đó cũng giống như dẹp bỏ được một tảng đá lớn cản đường [đi tới] và sự tu tập nhẫn nhục của ta sẽ thành tựu. Tác phẩm "Nhập Bồ Tát hạnh" giải thích chi tiết cách phát khởi lòng nhẫn nhục và cách dùng các biện pháp đối trị. Qua sự tu tập nhẫn nhục như thế, chúng ta cũng chuẩn bị cho sự tu tập thành tựu về thiền định. Tương tự, khi nói về sự thành tựu trong thực hành tâm linh, đó là chúng ta đang nói về cách đối phó với những cảm xúc phiền não. Chúng ta đang chiến đấu chống lại các cảm xúc phiền não. Trong cuộc chiến đấu chống phiền não, chắc chắn ta sẽ đối đầu với những khó khăn và trắc trở. Những cảm xúc phiền não, đối thủ của chúng ta, nếu không mạnh mẽ hơn ta thì ít nhất cũng phải là ngang sức.

Tuệ giác phân biệt đúng sai chính là lực lượng chiến đấu chống lại các cảm xúc phiền não. Vì phiền

Buddha Shakyamuni's teaching is based or rooted in compassion, and the opposite of compassion is anger and hatred. The antidote that directly opposes hatred is patience. Therefore, the practice of patience is extremely important. Patience is of various kinds: enduring harm, patiently accepting suffering and certainty in respect to Dharma practice.

One of the strongest obstructions to the practice of patience is when someone harms us. If we are able to overcome the urge to retaliate, it will be like removing a big boulder from the path and our practice of patience will be successful. The Guide to the Bodhisattva's Way of Life explains in detail how to generate patience and how to employ antidotes. Through such practice we are also preparing for a successful practice of concentration. Similarly, when we talk about successful spiritual practice, we are talking about how to fight disturbing emotions. We are waging a war against disturbing emotions. In the course of fighting disturbing emotions, we will definitely encounter hardship and problems. The disturbing emotions that are our opponents are, if not more powerful than us, at least equally powerful.

The wisdom discriminating right from wrong is what actually fights the war against disturbing emotions. Since disturbing emotions are so

não quá mạnh mẽ nên trong quá trình chiến đấu chống lại chúng, ta có thể phải mệt mỏi cả về thể chất lẫn tinh thần. Tinh thần chiến đấu cũng có nguy cơ bị đánh mất hoàn toàn, nên điều cực kỳ quan trọng là ta phải thực hành nhẫn nhục, tự nguyện chấp nhận khổ đau. Hãy lấy sự huấn luyện quân sự làm ví dụ. Binh lính phải tập luyện rất nhiều trong thời bình, sẵn sàng chấp nhận gian khổ để có thể chuẩn bị sẵn sàng khi cần phải chiến đấu. Do đó, càng thực hành nhẫn nhục, chúng ta càng thuận lợi hơn khi tu tập tâm linh, vì gian khó không làm ta sờn lòng.

Tâm xao động nuôi dưỡng sân hận. Tôi cho đây là một điểm mấu chốt. Hãy nhìn chính sách của các nước khác nhau trên thế giới. Có rất nhiều chính sách khác nhau, bởi vì bằng cách tập hợp một số nhân duyên nhất định, chúng ta sẽ trải nghiệm những kết quả nhất định. Trong số các nguyên nhân lại bao gồm 2 loại: nguyên nhân trực tiếp và nguyên nhân gián tiếp, hay nguyên nhân xa. Bất ổn của chúng ta nằm ở chỗ là ta chỉ nghĩ đến nguyên nhân trực tiếp mà thậm chí không hề nghĩ đến nguyên nhân xa hơn. Vì vậy, khi nguyên nhân trực tiếp phát huy tác dụng thì hầu như ta không còn có thể làm được gì [để thay đổi kết quả]. Cuộc chiến ở nước Nam Tư cũ là một ví dụ. Các vấn đề bất ổn đã phát sinh vì những nguyên nhân xa của xung đột bị bỏ qua. Nếu những biện pháp đúng đắn được thực hiện vào thời điểm của các nguyên nhân xa hơn thì những bất ổn trong hiện tại hẳn đã có thể được ngăn chặn.

powerful, while waging war against them we may get physically and mentally tired. There is also a possibility of losing the spirit to fight anymore, so it is extremely important to undertake the practice of patience, voluntarily accepting suffering. We can take an example from the military exercises. Soldiers do so many exercises in peacetime, voluntarily undergoing hardship so that when they have to fight they are prepared. Therefore, the more we practise patience, the better will we be able to undertake spiritual practice, because we will not be defeated by hardship.

The food of anger is a disturbed mind. I think this is a crucial point. Let us consider policy of the world's different nations. There are many different policies because by accumulating certain causes and conditions we experience certain results. And within the cause there are two causes: the immediate cause and distant cause. Our problem is that we usually only consider the immediate cause and do not even think about the distant cause. Consequently, when the immediate cause comes into effect, there is hardly anything that can be done. The war in former Yugoslavia is an example. Problems have arisen there because of disregarding the distant causes of the trouble. If the right measures had been taken at the time of the distant causes, the present problems could have been prevented.

Một khi sự việc đã đi vào giai đoạn cuối thì rất khó để kiểm soát.

Những điều mà ngài Tịch Thiên đã dạy trong tác phẩm "Nhập Bồ Tát hạnh" là hoàn toàn chính xác. Tâm xao động nuôi dưỡng sân hận. Chẳng hạn, hãy tưởng tượng rằng tâm thức ta thấy bực dọc khi vừa thức dậy vào một buổi sáng nào đó. Vì lý do đó, ta cảm thấy không muốn trò chuyện với bạn bè, với người thân, và chúng ta dễ dàng trở nên bực tức rồi nóng giận. Trong những hoàn cảnh như thế, chỉ cần một chuyện nhỏ nhặt nhất cũng có thể khích động ta và làm ta nổi giận. Ngược lại, nếu ta bắt đầu ngày mới với một tâm thức điềm nhiên tĩnh lặng, không xao động, thì cho dù ta có phải đối mặt với một hoàn cảnh khó khăn, ta cũng sẽ không nổi giận. Do đó, điều quan trọng là phải chuyển hóa tâm thức, hay rèn luyện tâm theo cách sao cho tâm không bị xao động. Để thực hành hạnh nhẫn nhục một cách thành công, chúng ta cần phải quán chiếu về những tai hại của các cảm xúc xáo trộn và ưu điểm của sự nhẫn nhục.

Hạnh nhẫn nhục là món trang sức tối thượng của bậc dũng mãnh. Nếu thành tựu hạnh nhẫn nhục, thì cho dù có ai đó kết tội hay phỉ báng ta, ta vẫn sẽ mỉm cười. Nếu không có hạnh nhẫn nhục và bị cơn giận khống chế, thì cho dù diện mạo bình thường của ta vẫn xinh đẹp, ta cũng sẽ ngay lập tức trở nên xấu xí. Nhẫn nhục là một món trang sức đẹp đẽ cho tất cả mọi người, dù là già hay trẻ, dù là người cư sĩ hay

Once things reach a late stage, they are difficult to control.

What Shantideva has said in the Guide to the Bodhisattva's Way of Life is absolutely true. The food for anger is a disturbed mind. Imagine, for example, that our minds are upset when we get up on a particular day. Because of this we do not feel like talking to our friends and relatives and we easily get agitated and become angry. In such circumstances the slightest condition can provoke us and anger is aroused within us. If, on the other hand, we had a tranquil, undisturbed mind to begin with, then even if we face a difficult situation, we will not become angry. Therefore, it is important to transform the mind, or train the mind in such a way that it does not become disturbed. In order to practise patience successfully, we need to think about the faults of disturbing emotions and the qualities of patience.

The practice of patience is the supreme adornment of the powerful and mighty. If we have patience, even when someone accuses or insults us, we will keep smiling. If we have no patience and are overcome by anger, even if our face is normally beautiful, we will immediately become ugly. Patience is a beautiful ornament for everyone, whether we are young or old, a lay person or

bậc xuất gia. Tâm thức trong sáng và một khuôn mặt tươi cười chính là món trang sức đẹp đẽ nhất, và sự khó nhọc để duy trì hạnh nhẫn nhục là sự khó nhọc có giá trị nhất trong hết thảy mọi sự khó nhọc.

Một trong những thói xấu tôi nhìn thấy ở người Tây Tạng là chúng ta luôn có khuynh hướng an phận trừ phi rơi vào khủng hoảng. Ngày nay, khi Tây Tạng được nới lỏng đôi chút sự hạn chế tu tập tín ngưỡng và cơm ăn áo mặc được cải thiện phần nào, chúng ta đã lập tức rơi vào khuynh hướng an phận. Lẽ ra ta cần nhận rõ rằng, Tây Tạng vẫn đang bị thống trị bởi cũng chính những người Trung Quốc đó, những người đã mang lại quá nhiều áp bức và khổ đau cho chúng ta. Với những người Tây Tạng đang lưu vong ở đây cũng vậy. Trong thời gian đầu, khi gặp phải những bất ổn ghê gớm, tất cả chúng ta đã làm việc hết sức tận tụy và nỗ lực chăm chỉ. Ngày nay, khi tình trạng vừa được cải thiện đôi chút, chúng ta liền rơi vào khuynh hướng an phận, không còn tự thôi thúc mình phải nỗ lực hơn nữa để đạt đến mục tiêu cuối cùng. Tất nhiên, phải thừa nhận là người Tây Tạng có khả năng độc đáo trong việc ứng phó với khủng hoảng, nhưng điểm yếu của ta là buông xuôi an phận ngay khi sự khủng hoảng vừa qua đi.

Ở Tây Tạng ngày nay, người dân khi có được tiền bạc liền tiêu pha hết sạch. Họ đưa tiền vào tay người Trung Quốc qua việc đi ăn nhà hàng Trung Quốc, hoặc may quần áo ở hiệu may Trung Quốc thay vì của người Tây Tạng. Điều này là do thiếu sự cảnh giác. Theo tôi, chúng ta nên học theo loài bò yak hay nai

ordained. Having a clear mind and a smiling face is the best adornment, and of all the different kinds of hardship, the hardship to maintain patience is the most worthwhile.

One of the faults that I see amongst Tibetans is that unless we are in a crisis we have a tendency to remain relaxed. Nowadays, when there is some relaxation of restrictions on religious practice in Tibet and the food and clothing situation is a little better, we immediately have a tendency to relax. We should recognize that Tibet is still ruled by these same Chinese who have brought so much oppression and suffering upon us. It is the same for those of us here in exile. In the beginning, when we had great problems of resettling ourselves, we were all very dedicated and hardworking. Nowadays, when our situation is a little improved, we have a tendency to relax without pushing harder to achieve our ultimate goal. Of course, Tibetans have a unique ability to deal with a crisis, but our weakness is that we relax the moment the crisis is over.

In Tibet today, whatever money Tibetans have they use it. They give it to the Chinese by visiting Chinese restaurants, going to Chinese tailors to have their clothes stitched instead of going to Tibetan tailors. This is because of lack of awareness. I think

rừng. Một khi đã bắt đầu húc nhau, chúng sẽ tiếp tục mãi cho đến khi một trong hai con đã hoàn toàn chịu thua. Chúng ta lẽ ra nên làm giống như vậy, phải tiếp tục tranh đấu cho đến khi ta giành được quyền kiểm soát [đất nước]. Đây phải là quan điểm chung của người Tây Tạng chúng ta, cho dù là người trong nước hay đang phải sống lưu vong nơi đây.

Tiếp theo là sự tu tập hạnh tinh tấn, chánh văn dạy rằng:

Với giáp trụ kiên trì tinh tấn,

Thông hiểu kinh văn, trí huệ tăng trưởng như vầng trăng tròn dần,

Tất cả hành vi đều trở nên có ý nghĩa,

Bất kỳ mọi sở hành thảy đều thành tựu.

Biết được điều này, chư Bồ Tát dấn thân tinh tấn

Nỗ lực dũng mãnh, phá trừ mọi phóng dật, lười nhác.

Bậc Thầy tôn kính của ta đã làm như thế.

Và người cầu tìm giải thoát như ta cũng sẽ làm theo như thế.

Ở đây, chúng ta đang nói về việc tinh tấn vươn lên các thiện hạnh. Thực ra thì trong Tạng ngữ, chữ *"tinh tấn"* có hàm nghĩa rõ ràng là *"ưa thích các thiện hạnh"*. Khi chúng ta mặc vào áo giáp chánh tinh tấn thì các phẩm tính tinh thần [tốt đẹp] sẽ tăng trưởng như vầng trăng đang tròn dần. Các em học sinh có

we should follow the example of yaks and deer. Once they start butting each other, they keep it up until one of them has completely defeated the other. We should do the same and continue our struggle until we gain control. This should be our attitude, whether we live in Tibet or here in exile.

Next is the practice of effort, the text says:

Armoured with unremitting and steady effort,

Scriptural knowledge and insight grow like the waxing moon.

All your activities will become meaningful, and you will complete successfully whatever you undertake.

Knowing this, Bodhisattvas exert themselves to make

Powerful effort which dispels all laziness.

This is what my revered and holy teacher did,

And I, who seek liberation, will do likewise.

Here we are talking about making an effort towards positive qualities. In fact the Tibetan word for effort here refers explicitly to taking delight in virtuous qualities. When we have the armour of right effort, all the spiritual qualities will increase like the waxing moon. There is a saying for students

câu châm ngôn rằng, nếu mỗi ngày học thuộc một chữ, thì sau 100 ngày ta sẽ thuộc được 100 chữ. Đây là phương cách để tăng trưởng thiện hạnh. Việc tu tập như vậy cực kỳ quan trọng.

Cho dù quan tâm đến việc phát triển các chứng ngộ nội tâm hay nghiên cứu ý nghĩa kinh điển, chúng ta cũng đều phải nỗ lực như dòng chảy ổn định của một con sông. Nhiều người trong chúng ta, kể cả tôi, thường nỗ lực rất mạnh mẽ trong một thời gian ngắn rồi sau đó lại buông lơi. Những cố gắng của chúng ta thường không kiên trì bền bỉ như con rận [hút máu], mà chỉ thoạt có thoạt không, bất chợt như con bọ chét [cắn người]. Đại sư Gungthangpa rất đúng khi nói rằng, trong một vài hôm thôi thì chúng ta nỗ lực rất dữ dội, thậm chí quên cả ăn uống. Ngay khi bắt đầu tu học, chúng ta muốn trở thành một đại học giả, nhưng chỉ sau vài ngày ta đã bị cuốn trôi đi bởi sự phân tâm. Những người như thế chẳng có phẩm tính tốt đẹp gì cả. Do đó, chúng ta nhất thiết phải nỗ lực như một dòng nước chảy ổn định. Được như vậy thì tất cả các thiện hạnh của chúng ta sẽ nhân lên bội phần và phát triển, rồi bất kỳ hành vi nào của ta đều sẽ có ý nghĩa phù hợp với việc sự tu tập tâm linh. Dù khởi đầu bất kỳ công việc gì, rồi chúng ta cũng sẽ có khả năng hoàn thành tốt đẹp. Nhận thức được điều này, chư vị Đại Bồ Tát đã vô cùng nỗ lực dũng mãnh để vượt qua sự phóng dật, lười nhác.

Kế tiếp là pháp tu thiền định, giống như một vị vua kiểm soát tâm thức.

that if you memorize one word a day, after 100 days you will have remembered 100 words. This is the way to increase your positive qualities. Such training is extremely important.

Whether we are concerned with developing inner spiritual realizations or studying the meaning of scriptures, we must make effort like the steady flow of a river. Many of us, myself included, make a very strong effort for a short time and then rest. Our attempts are not persistent like a louse, but sporadic like a flea. The great master Gungthangpa rightly said that for a few days we even forget to take food and make tremendous effort. As soon as we start to study, we want to become a great scholar, but after only a few days we are carried away by distractions. Such people have no qualities at all. Therefore, we must make effort like a steady flow of water. Then all our qualities will multiply and develop and whatever activities we adopt will be meaningful in accordance with spiritual practice. Whatever work we start we will be able to complete with success. Knowing this, the great Bodhisattvas have made extensive effort to overcome laziness.

Next is meditation on concentration, which is like a king who has control over the mind.

Sự an định chính là vị vua kiểm soát tâm thức

Một khi định tâm, sẽ duy trì bất động như núi chúa,

Một khi hướng tâm, sẽ phát huy mọi mục tiêu hiền thiện,

Và khởi sinh đại hỷ lạc nơi thân tâm nhu nhuyễn.

Biết được điều này, các hành giả du-già dũng mãnh không ngừng tu tập

Pháp thiền định phá tan sự phân tâm nguy hại.

Bậc Thầy tôn kính của ta đã làm như thế.

Và người cầu tìm giải thoát như ta cũng sẽ làm theo như thế.

Hiện nay, chúng ta chịu sự kiểm soát của tâm thức, và tâm thức ta lại bị các cảm xúc phiền não khống chế, nên chúng ta rơi vào các hành vi xấu ác một cách không tự chủ. Chúng ta có thể tạo ra một số thiện hạnh nhỏ nhặt nào đó, nhưng vì thiếu sự định tâm nên những thiện hạnh ấy thường là yếu ớt. Sẽ thật là hữu ích nếu chúng ta có được sự định tĩnh, nhất tâm. Ví dụ, khi chúng ta ngủ thì hầu hết các tầng lớp tâm thức thô trược hơn bị phân rã. Nếu chúng ta có một kinh nghiệm thích thú hay khó chịu nào đó trong giấc mơ hay một cơn ác mộng, khi tỉnh giấc ta vẫn còn có thể cảm nhận được ảnh hưởng của kinh nghiệm đó. Mặc dù ta biết rằng kinh nghiệm đó diễn ra trong giấc mơ, khi ta đang ngủ, nhưng sau khi thức giấc ta vẫn có thể cảm thấy tác động của

Concentration is a king with dominion over the mind.
Once placed, it remains immovable, like the king of mountains.
When directed, it engages with every kind of virtuous object,
And induces the great bliss of a malleable body and mind.
Knowing this, powerful yogis continually practise Meditative stabilization, which defeats all inimical distraction.
This is what my revered and holy teacher did,
And I, who seek liberation, will do likewise.

At present we are controlled by our minds and our minds are overpowered by disturbing emotions, so we involuntarily engage in negative activities. We may generate certain minor virtuous qualities, but because we lack concentration they tend to be weak. If we had concentration, one-pointedness of mind, it would be quite helpful. For example, when we sleep most of the grosser levels of consciousness dissolve. If we have some pleasant or unpleasant experience during a dream or nightmare, when we awake we can still feel its influence. Although we know that it took place in a dream, while we were asleep, when we wake up we can still feel its impact. If the dream is bad, when we wake up

nó. Nếu đó là một cơn ác mộng, khi thức giấc ta cảm thấy thật tồi tệ và tâm hồn ta bị xáo động. Khi thức giấc sau một giấc mơ đẹp, ta cảm thấy sung sướng. Điều này chỉ rõ một sự khác biệt lớn về tác động của những gì được kinh nghiệm bởi các tầng lớp tâm thức thô trược hơn so với các tầng lớp tâm thức vi tế hơn. Vì vậy, nếu tâm thức ta định tĩnh hơn thì ta sẽ kiểm soát tốt hơn sự thực hành thiện hạnh. Do đó, sự an định được gọi là vua của tâm thức.

Định tâm có nghĩa là khi chúng ta muốn trụ tâm vào một đối tượng nào đó thì tâm sẽ an định nơi đối tượng đó như một ngọn núi. Đó là cách giải thích sự định tâm về mặt thiền định. Dù cho chúng ta có thực hành *thiền quán* (quán chiếu phân tích) hay *thiền định* (tập trung nhất tâm), thì việc đạt đến sự định tâm vẫn là cực kỳ quan trọng. Thông qua sự thực hành như thế, chúng ta sẽ có khả năng khơi dậy kinh nghiệm hỷ lạc, giúp cho thân tâm chúng ta hoạt động hiệu quả. Biết được điều này, các vị đại hành giả Du-già luôn nương vào thiền định, vì thiền định giúp tiêu diệt kẻ thù là sự phóng tâm. Tất nhiên, việc thành tựu trạng thái nhất tâm không phải là một thực hành riêng biệt chỉ có ở Phật giáo, nhưng vì trạng thái nhất tâm quá quan trọng nên chúng ta thấy có sự chỉ dạy cách thực hành để đạt đến trạng thái nhất tâm trong cả Kinh điển Hiển giáo cũng như trong các Tantra Mật thừa.

Theo sự giải thích chung, trước tiên chúng ta phải suy ngẫm về tầm quan trọng và các phẩm tính của

we feel quite negative and our mind is disturbed. When we awake after a good dream, we feel happy. This indicates a great difference in terms of impact between what is experienced by the grosser and subtler levels of mind. Therefore, if our mind is more concentrated, we will have better control over our virtuous practice. For this reason concentration is called the king of the mind.

Concentration means that when we want to place our mind on a particular object, it will stay there like a mountain. This is how it is explained in terms of meditative stabilization. Whether we do analytical meditation or one-pointed concentration, the attainment of meditative stability is extremely important. Through such practice we will be able to induce the experience of bliss which makes our body and mind functional. Knowing that, great yogis constantly rely on meditative stabilization because it destroys the enemy of mental distraction. Of course, the achievement of one-pointed mind is not a practice unique to Buddhism. But because one-pointedness of mind is so important, we find both in the Sutras and Tantras explanations of how to achieve a one-pointed mind.

According to the general explanation, we should first think about the importance and qualities of meditative stabilization. In that way we generate

thiền định. Nhờ đó, chúng ta phát khởi tâm nguyện sẽ đạt được các phẩm tính này, chúng ta phát khởi niềm tin và thực hành chánh tinh tấn, nhờ đó loại bỏ sự lười nhác và đạt đến sự nhu nhuyễn. Sau đó, chúng ta phải tập trung kiên định vào đối tượng mà không hề xao lãng. Không những ta không được phóng tâm xao lãng, mà điều quan trọng là trong tâm thức ta phải luôn có một hình ảnh rõ rệt của đối tượng. Tâm thức phải thật mãnh liệt, nhạy bén và trong sáng. Hình ảnh của đối tượng trong tâm không được rõ là do hôn trầm. Không an trụ được nơi đối tượng là do trạo cử. Hôn trầm và trạo cử là những chướng ngại chủ yếu trong thực hành thiền định. Để đối trị hôn trầm, ta phải tăng cường trạng thái nhất tâm của tâm thức và khi tâm thức chúng ta bị phấn khích thì chúng ta phải bình tâm tĩnh lặng.

Trên nền tảng như vậy, chúng ta sẽ đạt đến một trạng thái thiền định hoàn hảo, bắt đầu với chín giai đoạn thiền định, chẳng hạn như hướng tâm, tương tục hướng tâm... Bằng cách này, chúng ta có thể đạt đến một tâm thức an định. Chúng ta có thể sử dụng bất kỳ đối tượng nào để đạt đến sự an định, nhưng theo truyền thống Kinh điển thì ta có thể chọn hình tượng đức Phật Thích-ca Mâu-ni, vì điều đó mang lại nhiều thuận lợi và công đức lớn lao. Khi tu tập theo Mật thừa, ta có thể chú tâm vào vị bổn tôn của mình.

Kế tiếp là Bát-nhã ba-la-mật, chánh văn dạy rằng:

a wish to acquire those qualities, we generate faith and make the right effort, which dispels laziness and attains pliancy. Then we should focus steadily on the object without losing sight of it. Not only should we not lose sight of it, but it is important that the mind should have a clear image of the object. The mind should be intense, sharp and clear. Lack of clarity of the mind with regard to the object the result of mental laxity. Being unable to remain with the object is the result of mental excitement. Laxity and excitement are the major hindrances to meditative stabilization. As an antidote to mental laxity we should intensify the one-pointedness of our minds and when our minds get excited we should calm them down.

On this basis we should achieve a faultless meditative stabilization, starting with the nine stages of meditative stabilization, such as setting the mind, continuously setting the mind and so forth. In this way we can achieve a calmly abiding mind. We can take any object to achieve calm abiding, but because there are many advantages and great merit in doing so, according to the Sutra tradition we can take an image of Buddha Shakyamuni as our object. When we do tantric practice, we can focus on the deity.

Next is the perfection of wisdom, about which the text says:

> *Bát-nhã là đôi mắt để nhìn thấu lẽ chân như thâm diệu,*
>
> *Là chánh đạo giúp nhổ bật gốc rễ luân hồi,*
>
> *Là kho báu tri thức được xưng tán trong tất cả Kinh điển,*
>
> *Ai cũng nhận đây là ngọn đèn sáng nhất để xua tan bóng tối vô minh.*
>
> *Biết được điều này, những bậc trí giả cầu tìm giải thoát,*
>
> *Luôn nỗ lực hết sức mình theo pháp tu tập này.*
>
> *Bậc Thầy tôn kính của ta đã làm như thế.*
>
> *Và người cầu tìm giải thoát như ta cũng sẽ làm theo như thế.*

Bát-nhã còn được gọi là tuệ giác phân biệt. Ngài Long Thọ từng nói rằng, mục đích cuối cùng của chúng ta là đạt đến Niết-bàn và giác ngộ, và để đạt được mục đích đó, chúng ta cần có đức tin và lòng bi mẫn đi kèm với trí tuệ. Nếu thực hành lòng bi mẫn mà không đi kèm với trí tuệ thì sẽ không có hiệu quả. Không có trí tuệ, niềm tin sẽ trở thành giống như là mù quáng. Có thể đó không đích thực là niềm tin mù quáng, nhưng vì chúng ta không thấy được lý do dẫn đến niềm tin ấy, nên nó giống như là niềm tin mù quáng. Trong trường hợp này, chúng ta có thể dễ dàng bị lôi cuốn vào một con đường sai trái, vì ta không có lý lẽ thích hợp nào để đi theo con đường ấy. Ngược lại, nếu chúng ta phát khởi niềm tin dựa

Wisdom is the eye for seeing profound suchness.

It's the path which totally uproots worldly existence,

And the treasure of knowledge praised in all the scriptures,

Renowned as the best lamp to dispel the darkness of confusion.

Knowing this, the wise who seek liberation

Cultivate this path with every effort.

This is what my revered and holy teacher did,

And I, who seek liberation, will do likewise.

Wisdom is also called discriminative awareness. Nagarjuna has said that our ultimate object is the attainment of nirvana and enlightenment, and that to achieve them we need faith and compassion assisted by wisdom. Unless the practice of compassion is assisted by wisdom, it will not be effective. Similarly, even if we have faith, it too should be assisted by compassion or wisdom. Without wisdom, faith becomes like blind faith. It may not be blind faith exactly, but because we do not see the reason for it, it is like blind faith. In that case we can easily be led onto a wrong path, because we have no proper reason to follow. On the other hand, if we have generated faith based on

trên trí tuệ và lập luận, thì cho dù có ai đó cố dẫn dắt ta đi sai đường, ta cũng sẽ không tin vào người đó. Tương tự, nếu việc thực hành lòng bi mẫn của ta được hỗ trợ bởi sự tu tập trí tuệ, thì một khi đã gánh vác trách nhiệm cứu giúp chúng sinh, chúng ta sẽ có khả năng đạt được mục đích mong muốn.

Có nhiều loại trí tuệ, như trí tuệ hiểu biết năm ngành khoa học và trí tuệ chứng ngộ chân đế. Vì đang đề cập đến mục tiêu giải thoát khỏi vòng luân hồi, nên chúng ta quan tâm chủ yếu là loại trí tuệ rốt ráo, hay trí Bát-nhã. Do đó, chánh văn giảng rằng trí Bát-nhã giống như con mắt để nhìn thấu lẽ chân như thâm diệu. Cho dù vẫn chưa trực tiếp chứng ngộ lẽ chân như, nhưng nếu chúng ta lĩnh hội được thấu đáo ý nghĩa của chân như thì gốc rễ luân hồi sẽ bị nhổ bật. Đây là kho báu chứa mọi phẩm tính được xưng tán trong tất cả Kinh điển. Mặc dù chúng ta thấy có rất nhiều chủ đề được giải thích theo những cách khác nhau trong Kinh điển, nhưng tất cả cuối cùng đều dẫn đến điểm quan trọng nhất là ý nghĩa của duyên khởi và tính Không.

Do đó, trong tác phẩm *"Xưng tán duyên khởi"*, ngài Tsongkhapa đã tán thán đức Phật Thích-ca Mâu-ni rằng: *"Tất cả giáo pháp của Ngài chung quy lại là lý duyên khởi."* Đây là ngọn đèn sáng nhất xua tan bóng tối vô minh. Bằng trí tuệ, chúng ta thu thập nhiều tầng tri thức khác nhau. Ở tầng cao nhất, chính nhờ vào trí tuệ thấu hiểu lý vô ngã mà

wisdom and reason, then even if someone tries to mislead us, we will not trust him. Similarly, if our practice of compassion is supported by the practice of wisdom, having taken responsibility for helping other sentient beings, we will be able to achieve the desired goal.

There are various kinds of wisdom, such as the wisdom understanding the five sciences and the wisdom understanding ultimate truth. Since we are dealing here with the achievement of liberation from cyclic existence, we are mainly concerned with ultimate wisdom. Therefore the text explains that wisdom is like the eye to see profound suchness. Even if we have not realized suchness directly, if we have a good understanding of the meaning of suchness, it will tear up the root of cyclic existence. This is the treasure of all qualities which is praised in all scriptures. Although we find various subjects explained different ways in the scriptures, they all finally come down to the most important point, which is the meaning of dependent arising and emptiness.

Therefore Tsongkhapa has said in his Praise of Dependent Arising, his praise to Buddha Shakyamuni, 'All the teaching that you have given boils down to the teaching of dependent arising.' This is the best lamp dispelling the darkness of ignorance. Through wisdom we gather many different levels of knowledge. At the highest level it is because of the wisdom understanding selflessness

chúng ta có thể loại bỏ quan niệm sai lầm về tự ngã. Do đó, khi nhận thức được điều này thì bậc trí giả mong cầu giải thoát sẽ cố gắng phát khởi trí tuệ nói chung và đặc biệt là trí tuệ chứng ngộ chân đế.

Để hiểu được ý nghĩa của chân như, bản thân ngài Tsongkhapa đã nghiên cứu nhiều Kinh luận của các bậc đại sư Ấn Độ và Tây Tạng. Vì bậc đạo sư tôn quý đã nỗ lực rất nhiều trong việc tu tập theo con đường trí tuệ này, nên chúng ta cũng noi theo như thế.

Khi nói về trí tuệ nhận hiểu lý vô ngã, chúng ta phải xác định được vô ngã nghĩa là gì. Chúng ta có thể có nhiều loại trí tuệ, như trí tuệ hiểu được tiếng Tây Tạng, trí tuệ hiểu được tiếng Trung Hoa, trí tuệ hiểu được tiếng Anh... Tương tự, dựa theo chức năng thì cũng có nhiều loại trí tuệ như trí tuệ quảng đại, trí tuệ sáng suốt, trí tuệ nhạy bén... Ngày nay, các nhà khoa học cũng giải thích rằng, không ai biết được hết tiềm năng của bộ óc con người và không ai có khả năng sử dụng trọn vẹn [khả năng của] bộ óc mình. Tôi cho đây là điều lý thú. Dù quý vị có gọi đó là bộ óc hay tâm thức con người thì chúng ta cũng có một tiềm năng rất lớn để khám phá các điểm vi tế. Các nhà khoa học chỉ ra rằng, có nhiều phần của bộ óc chưa được sử dụng đến hoặc chúng ta không có khả năng sử dụng. Điều này hàm nghĩa rằng tâm thức con người có kích thước vô hạn.

Khi nói về *vô ngã*, chúng ta đang nói đến sự vắng mặt của *"ngã"*. Chúng ta cần phải hiểu cái *"ngã"*

that we are able to overcome the misconception of self. So, knowing this, the wise who desire liberation try to generate wisdom in general and particularly the wisdom understanding ultimate truth.

In order to understand the meaning of suchness, Tsongkhapa himself studied many scriptures by great Indian and Tibetan spiritual teachers. Therefore because the venerable spiritual teacher has with much effort practised this path, we should do likewise.

When we talk about the wisdom understanding selflessness, we have to identify what we mean by selflessness. We can have many wisdoms, the wisdom understanding Tibetan, the wisdom understanding Chinese, the wisdom understanding English and so forth. Similarly, there are many wisdoms in terms of their function, such as great wisdom, clear wisdom, quick wisdom and so forth. Nowadays, scientists also explain that no one knows the complete potential of the human brain, nor are we able to use our brain fully, which I think this is an interesting point. Whether you call it the brain or the human mind, we have a great potential to discover subtle points. Scientists point out that there remain many parts of the brain which are unused or which we are unable to use. This implies that there is no limit to the dimension of the human mind.

When we talk about selflessness, we are talking about the absence of self. We need to know what

đang bị phủ định ở đây là gì. Cái *"ngã"* bị phủ định ở đây là về mặt ý thức. Những gì bị bác bỏ bởi sự phủ định của ý thức thì hẳn phải là điều không tồn tại. Nếu điều ấy quả có tồn tại thì sự suy luận lý trí đã không thể bác bỏ chúng. Nhưng nếu là đối tượng phủ định của con đường tu tập thì điều đó hẳn phải hiện hữu [nên mới cần được phủ định]. Khi chúng ta dấn thân trên đường tu tập, đối tượng của sự phủ định đó là một điều gì quả thật hiện hữu nhưng [sự hiện hữu đó] là vô ích, vì thế ta loại bỏ điều ấy bằng cách tu tập theo đạo pháp.

Sự *vô ngã* mà chúng ta đề cập ở đây là sự vắng mặt một cái *"ngã"* vốn chưa bao giờ tồn tại trước đó. Giờ thì quý vị có thể hỏi rằng, nếu đó là một cái *"ngã"* không tồn tại, thì tại sao ta lại phải nói về sự vắng mặt của cái *"ngã"* như thế? Mặc dù cái *"ngã"* đó không tồn tại, nhưng do quan niệm sai lầm, chúng ta nghĩ rằng một cái *"ngã"* như thế có tồn tại. Từ nhận thức sai lầm này, chúng ta bị nhầm lẫn, và do sự nhầm lẫn đó ta phạm vào các hành vi xấu ác. Vì vậy, những gì chúng ta đang cố gắng xác lập ở đây là sự không tồn tại của cái *"ngã"* vốn được tưởng tượng ra bởi một ý thức sai lầm hay tâm ý lệch lạc. Khi chúng ta đi đến một kết luận thông qua sự phân tích, rằng một cái *"ngã"* như thế là không hề tồn tại, thì tất cả các tầng lớp ý niệm khác được tạo ra bởi nhận thức sai lầm như vậy về cái *"ngã"* sẽ không còn hiện hữu.

Hầu hết các giáo lý trong đạo Phật đều giảng giải về *vô ngã*. Ý nghĩa của *vô ngã* có rất nhiều tầng

the self that is being negated here is. The self is negated here in terms of mind. Something which is the objection of negation for the mind is something which does not exist. If it were to exist, mental reasoning could not refute it. If it is an object of negation of the path, it should be existent. When we engage in practice of the path, that object of negation is something that exists but is not useful, so we eliminate it by cultivating the path.

The selflessness we are talking about here is the absence of a self which has never existed before. Now you might ask if it is a self which is nonexistent, why we should talk about the absence of such a self. Even though such a self is nonexistent, because of our misconception we think that such a self exists. Because of this wrong notion we get confused and because of that we engage in negative activities. Therefore, what we are trying to establish here is that the self conceived of by a wrong consciousness or wrong mind does not exist. When we come to a conclusion through analysis that such a self is nonexistent, all the other levels of conceptual thought induced by such wrong understanding of self will cease to exist.

Most Buddhist tenets explain about selflessness. There are various levels to the meaning of selflessness: selflessness which is accepted in common by all the four schools of tenets; the unique

bậc: có tầng bậc ý nghĩa được thừa nhận chung bởi cả bốn trường phái; có tầng bậc trình bày độc đáo về ý nghĩa của *vô ngã* và *ngã* bị phủ nhận bởi trường phái Duy thức; và cũng có tầng bậc ý nghĩa trình bày theo các trường phái Trung quán kinh lượng và Trung quán cụ duyên. Bằng cách dần dần nắm hiểu được tất cả các tầng bậc giảng giải ý nghĩa khác nhau này, chúng ta sẽ đạt đến sự nhận hiểu thấu đáo về những gì là đối tượng của sự phủ định. Bởi thế, khi phủ định đối tượng của sự phủ định, ta phát khởi tuệ giác nhận hiểu tính Không.

Chúng ta đã và đang đề cập đến phần giáo pháp tu tập dành cho những người có căn cơ cao. Chúng ta đã thảo luận vì sao việc phát tâm Bồ-đề là phương cách duy nhất để đạt đến quả vị Phật, về các pháp hành Bồ Tát đạo, và về sự tu tập đặc biệt các pháp thiền *định* và *tuệ*. Chúng ta đã hoàn tất phần giảng giải về định và tuệ [trong chánh văn]. Dưới đây sẽ đề cập đến phần kệ tụng giảng giải rằng chúng ta nên tu tập đồng thời cả định và tuệ .

Chưa từng thấy chỉ riêng định lực nhất tâm,

Lại đủ sức nhổ bật gốc rễ luân hồi.

Và chỉ riêng trí tuệ, không có tâm an định,

Thì dù quán chiếu bao lâu cũng không thể dứt trừ phiền não, cảm xúc.

presentation of the meaning of selflessness and the self that is to be refuted by them in terms of the Mind Only school; and also the presentation made by the Middle Way School who follow Sutra and the Middle Way Consequentialists. By gradually coming to understand all these different levels of presentation, we should acquire a good understanding of what the object of negation is. Consequently, when we negate the object of negation, we generate the wisdom understanding emptiness.

We have been dealing with the section on the path for individuals of great mental capacity. We have discussed how the generation of the awakening mind is the only way to achieve Buddhahood, the general Bodhisattva practices, and the special training in calm abiding and special insight. We have completed explanation of both calm abiding and special insight and here we are dealing with the verse which explains that we should practice calm abiding and special insight together.

Single-pointed concentration, alone, is not seen

To have the power to cut the root of cyclic existence.

Wisdom, without a calmly abiding mind, cannot stop

The disturbing, emotions, no matter how long you analyze.

> *Vì thế, hãy đặt trí tuệ thấy biết hoàn hảo về thực tại,*
>
> *Lên yên ngựa vững chãi là sự an định.*
>
> *Và dùng vũ khí sắc bén là lẽ Trung đạo, không rơi vào cực đoan,*
>
> *Để phá tan mũi dùi của những nhận thức cực đoan,*
>
> *Thông qua việc mở rộng trí tuệ và quán chiếu thích hợp,*
>
> *Sẽ khởi sinh tuệ giác nhận hiểu thực tại.*
>
> *Bậc Thầy tôn kính của ta đã làm như thế.*
>
> *Và người cầu tìm giải thoát như ta cũng sẽ làm theo như thế.*

Chỉ riêng định lực nhất tâm sẽ không đủ sức để nhổ bật gốc rễ luân hồi. Tương tự, cho dù chúng ta có một trí tuệ rất sâu xa thấu hiểu được ý nghĩa tính Không, nhưng nếu không có khả năng thâm nhập sâu vào đối tượng của thiền định thì chúng ta sẽ không thể sử dụng được toàn bộ năng lực của tâm thức. Do đó, chúng ta phải đặt tuệ giác hiểu biết được trạng thái hiện hữu rốt ráo của vạn pháp lên trên lưng con ngựa thiền định vững chãi và sử dụng giáo lý Trung đạo, vốn vượt khỏi nhị biên. Được như vậy, chúng ta sẽ có khả năng phá trừ được quan niệm sai lầm về bản ngã.

Hence, mount the wisdom which perfectly knows reality

On the unswerving steed of calm abiding.

With the sharp weapon of middle-way reasoning, free from extremes,

Which demolishes the focus of extreme conceptions,

Through expansive wisdom which properly analyzes

Give rise to the intelligence which understands reality.

This is what my revered and holy teacher did

And I, who seek liberation, will do likewise.

One-pointed mental concentration alone is not enough to tear up the root of cyclic existence. Similarly, even if we have a very profound wisdom understanding the meaning of emptiness, unless we are able to penetrate deep into the object of our meditation, we will not be able to use the full power of the mind. Therefore we should mount this wisdom that understands the ultimate mode of existence of all phenomena on the horse of unfluctuating calm abiding, and employ the reasoning of the middle way, free of the two extremes. Then we will be able to destroy the misconception of self.

Không nghi ngờ gì, sự thuần thục nhất tâm,

Sẽ dẫn đến tâm an định.

Nhưng biết được rằng, cho dù sự phân tích quán
chiếu đúng đắn,

Có tạo ra định lực kiên cố an trú trong thực tại,

Thì sự nỗ lực hợp nhất giữa định và tuệ,

Vẫn là điều diệu kỳ thật đáng xưng tán.

Bậc Thầy tôn kính của ta đã làm như thế.

Và người cầu tìm giải thoát như ta cũng sẽ làm
theo như thế.

Chúng ta sẽ thành tựu sự an định trong thiền
tập không chỉ nhờ vào sự tập trung nhất tâm, mà
còn thông qua sự phân tích quán chiếu của tâm thức,
vốn cũng đưa đến một tâm ổn định. Do đó, chúng ta
phải tinh tấn thực hành cả hai pháp tu tập định và
tuệ.

Khi cân bằng định tuệ, nuôi dưỡng tánh Không
như hư không,

Ra khỏi thiền định, quán xét tánh Không như
huyễn ảo.

Hợp nhất cả phương tiện thiện xảo và trí tuệ, là
điều được xưng tán,

Như tác nhân giúp cho mọi thiện hạnh của chư Bồ
Tát thăng hoa,

No question that familiarity with single-pointedness
Brings about meditative stabilization! But seeing that
Even correct analytical discrimination produces
Immutable stabilization firmly fixed on reality,
Effort to achieve the union of calm abiding and special insight
Is something amazingly admirable.
This is what my revered and holy teacher did, emotions, no matter how long you analyze.
And I, who seek liberation, will do likewise.

We will achieve meditative stabilization not only through one-pointed concentration, but also through the mind's engaging in discriminative analysis, which also induces a stable mind. Therefore, we should make effort in both these practices.

Cultivating space-like emptiness during meditative equipoise
And illusion-like emptiness in the subsequent period
Unifies skilful means and wisdom, which is praised
As that which makes the deeds of Bodhisattvas go beyond.

Thấu hiểu điều này, những kẻ hữu duyên sẽ không bao giờ

Thỏa mãn với chỉ một trong hai pháp tu tập.

Bậc Thầy tôn kính của ta đã làm như thế,

Và người cầu tìm giải thoát như ta cũng sẽ làm theo như thế.

Trong khi nhập thiền định, chúng ta quán chiếu ý nghĩa của tính Không giống như mang tính chất của hư không. Nói cách khác, chúng ta đã quán chiếu ý nghĩa vô ngã của con người và vô ngã của vạn pháp, bằng cách sử dụng nhiều phương pháp suy luận lô-gích khác nhau, như lý duyên sinh, lý đoạn trừ bốn biên kiến v.v... Trên nền tảng những phương pháp suy luận đa dạng này, chúng ta đã loại bỏ đối tượng của sự phủ định và rồi quán chiếu về điều đó. Bởi vì chúng ta thấu hiểu được ý nghĩa của tính Không trong suốt thời gian nhập thiền định, nên khi các pháp trình hiện trước chúng ta [trong giai đoạn sau thiền định] giống như có sự tồn tại trên cơ sở tự tính, ta có thể quán thấy rằng dù các pháp trình hiện theo cách như vậy, nhưng tất cả sự trình hiện này đều chỉ do vô minh và tâm thức tiêu cực của chúng ta tạo ra.

Nhờ vào năng lực của sự nhận hiểu từ trước, chúng ta sẽ có khả năng thấy được mọi pháp đều như huyễn. Tuy mọi pháp trình hiện giống như có sự tồn tại trên cơ sở tự tính, nhưng thật ra không hề có điều ấy. Do đó, nhận thức của chúng ta trong giai đoạn sau thiền định cũng sẽ củng cố thêm việc hành

Having understood this, it is the custom of the fortunate
Not to be satisfied with a partial path.
This is what my revered and holy teacher did,
And I, who seek liberation, will do likewise.

During meditative stabilization we meditate on the meaning of emptiness as having the nature of space. In other words, we have reflected on the meaning of the selflessness of person and the selflessness of phenomena, by using various logical reasonings, such as the reason of dependent arising, the reason eliminating the four extremes and so forth. Based on these various kinds of logical reasonings we have eliminated the object of negation and have then meditated on that. Since we have gained a good understanding of the meaning of emptiness during meditative stabilization, when things appear to us as having intrinsic existence, we can reflect that although things appear this way, this is all because of ignorance and my negative mind.

Because of the force of our earlier understanding, we will be able to see everything as an illusion. Although things appear to have intrinsic existence, in actuality they are devoid of it. Therefore, our understanding during the post meditative state will also empower our meditational practice. And

thiền của ta. Và việc hành thiền thành tựu lại ảnh hưởng đến giai đoạn sau thiền định. Bằng cách đó, chúng ta sẽ có thể sử dụng kết hợp phương tiện và trí tuệ. Cả hai pháp này sẽ bổ sung cho nhau thay vì mâu thuẫn nhau. Hai pháp tu tập này góp phần thành tựu hai thân Phật: Sắc thân và Pháp thân. Vì thế, điều quan trọng là phải dấn thân tu tập trọn vẹn thay vì chỉ tu tập một trong hai pháp.

Đây là yêu cầu chung cho cả hai đường tu tối thượng,

Thuộc Đại thừa: nhân thừa và quả thừa.

Khi những yếu tố này đã phát triển thích hợp,

Hãy tìm sự bảo hộ nơi một [đạo sư như] thuyền trưởng tài ba,

Và mạo hiểm đi vào đại dương mênh mông của [bốn] lớp Tan-tra,

Theo đúng những chỉ dẫn khẩu truyền hoàn chỉnh.

Bằng cách đó sẽ làm cho cuộc đời tự do và may mắn này trở nên đầy ý nghĩa.

Bậc Thầy tôn kính của ta đã làm như thế,

Và người cầu tìm giải thoát như ta cũng sẽ làm theo như thế.

Trước hết , chúng ta phải lắng nghe kỹ về ý nghĩa của sự tu tập tích cực. Sau đó, chúng ta phải suy ngẫm về ý nghĩa của những gì đã nghe và thực

successful meditational practice will influence the post meditative state. In that way we will be able to use method and wisdom together. They will contribute to each other rather than contradict each other. These two practices contribute to the achievement of the two bodies of the Buddha, the Form Body and the Truth Body. Therefore, it is important to engage in a full rather than a partial practice of the path.

> *This is the common requirement for both supreme paths,*
>
> *For the causal and resultant Great Vehicle.*
>
> *Once it is properly developed, turn to a skilled captain as protector*
>
> *And venture on the high seas of the classes of tantra,*
>
> *Following the complete oral instructions.*
>
> *You thereby make your life of freedom and fortune meaningful.*
>
> *This is what my revered and holy teacher did,*
>
> *And I, who seek liberation, will do likewise.*

First we should listen well to the meaning of positive practice. Then we should reflect on the meaning of what we have heard and engage in meditation. Through hearing, thinking and

hành thiền tập. Thông qua việc lắng nghe *(văn)*, suy ngẫm *(tư)* và thực hành thiền tập *(tu)*, chúng ta sẽ hình thành con đường tu tập, và theo sự chỉ bảo, hướng dẫn của một bậc đạo sư kim cang thiện xảo, một đại học giả chứng ngộ, chúng ta sẽ bước vào một đại dương của Tantra. Nếu chúng ta có thể kết hợp bổ sung việc tu tập mật thừa với tu tập kinh thừa, thì ta sẽ có được một sự chỉ dẫn trọn vẹn để làm cho cuộc đời mình trở nên đầy ý nghĩa. Dù ta không thể đạt đến quả vị Phật ngay trong đời này, ta cũng sẽ gieo vào tâm thức mình một chủng tử sâu sắc nhờ đã dấn thân tu tập trọn vẹn. Qua nhiều kiếp sống nối tiếp nhau, chúng ta sẽ đi từ hạnh phúc này đến hạnh phúc khác và cuối cùng sẽ thành tựu quả Phật.

Có thể có nhiều người trong chúng ta, kể cả tôi, rất say mê tu tập Phật pháp và luôn tham dự các buổi giảng Pháp như thế này. Nhưng cũng có thể có nhiều người mới lần đầu tiên được nghe những buổi giảng Pháp kéo dài đến thế. Điều quan trọng là phải ghi nhớ những điều quý vị đã học được và kiên trì tu tập. Vì quý vị đã nhận được bản luận giải về tác phẩm *"Yếu lược các giai đoạn trên đường tu giác ngộ"* nên hãy cố gắng đọc và suy ngẫm ý nghĩa của nó. Khi đọc bản văn, hãy cố gắng nhớ lại ý nghĩa đã được giảng giải và cố gắng nhận hiểu. Một khi đã chắc chắn hiểu được rồi, hãy cố gắng suy ngẫm và thiền quán nhiều lần về ý nghĩa đó để nó được ghi sâu vào trong tâm trí quý vị.

meditation we should generate the path and by depending on the instruction and guidance of a skillful vajra master, a great scholar and realized being, we should enter onto the great ocean of Tantra. If we are able to supplement tantric practice with the practice of Sutra, we will achieve the full instruction and make our lives meaningful. Even if we are unable to attain the state of Buddhahood in this very life, because we have engaged in a complete practice we will leave a deep imprint on our minds. Through successive lives we will travel from happiness to happiness and finally attain Buddhahood.

There may be quite a few among us, including myself, who are addicted to Dharma practice and always participate in these kinds of religious teachings. But there may also be many people who are hearing such teachings over an extended duration for the first time. The important thing is to keep what you have learned in your mind and to sustain the practice. Since you have received this commentary to Abridged Stages of the Path, try to read it and reflect on the meaning. As you read the text try to remember the meaning that has been explained and try to understand it. Once you are sure about the meaning you should reflect and meditate on it again and again so that it will remain deep within your mind.

Do đó, trước tiên quý vị phải chọn được một đối tượng để thiền quán, rồi sau đó quý vị phải thiền quán liên tục về đối tượng ấy, làm cho tâm thức mình thuần thục với việc tu tập hay giáo pháp đó. Trước hết, hãy nhận hiểu tổng quát về toàn bộ các giai đoạn trên đường tu tập, và khi thực sự tiến hành tu tập thì hãy khởi sự từ bước đầu tiên và tích lũy kinh nghiệm một cách trình tự, có hệ thống. Đến một lúc, quý vị sẽ thấu hiểu được tinh yếu của toàn bộ giáo pháp về Các giai đoạn trên đường tu giác ngộ. Nếu quý vị tiếp tục thiền quán sâu xa hơn thì chủ đề thiền quán sẽ trở nên gần gũi với tâm thức quý vị. Vào lúc đó, quý vị có thể chắc chắn rằng việc thiền quán của quý vị sẽ hữu ích và thành công. Bằng cách đó, quý vị sẽ tích lũy kinh nghiệm về đối tượng trên cơ sở tu tập thiền quán. Dần dần, quý vị sẽ đạt đến giai đoạn tập trung tâm thức vào đối tượng mà không cần phải nỗ lực nhiều.

Kinh nghiệm dựa trên sự nỗ lực có nghĩa là có một giai đoạn mà quý vị suy ngẫm về một ý nghĩa cụ thể nào đó của bản văn này thông qua suy luận và lý lẽ. Quý vị sẽ có thể chú tâm vào đó và biết được điều đó có nghĩa gì, nhưng có thể quý vị sẽ không có khả năng hiểu hay thiền quán về điều này mà không sử dụng đến suy luận và lý lẽ. Điều này có nghĩa là quý vị đang nỗ lực để hiểu được ý nghĩa bản văn. Nếu thực hành như vậy liên tục thì quý vị sẽ dần dần đạt đến trình độ gọi là hành trì bất dụng công, đó là lúc tâm thức của quý vị không cần phải sử dụng đến suy luận và lý lẽ để hiểu được ý nghĩa [của bản văn]. Hiện nay, chúng ta chịu sự tác động quá mạnh mẽ bởi các cảm xúc phiền não đến nỗi ta chẳng bao

Therefore, you should first find out what to meditate on and then you should meditate continuously and make your mind familiar with the practice or the teaching. First glance over the entire stages of the path and then when you engage in the actual practice to gain experience, start from the beginning and acquire experience in a systematic and orderly way. A time will come when you will have a good understanding of the essence of the whole Stages of the Path teaching. If you meditate further on that, the object you have been meditating on will become close to your mind. At that time you can be sure that if you meditate it will be useful and successful. In that way you will gain experience of the subject based on your practice of meditation. Gradually you will reach a stage where you do not have to make much effort to make your mind stay on the object.

Experience based on effort means that there is a stage when you reflect on a particular meaning of the text using reason and logic. You will be able to focus your mind on it and know what it means, but you may not be able to understand or meditate on it without using reason and logic. That means you are making effort to understand the text. If you do such practice continuously, you will gradually achieve the level called effortless engagement, where your mind will not need to use reason and logic to understand the meaning. At the present time we are

giờ thoát khỏi chúng, chúng luôn có mặt cùng với ta. Nếu quý vị rèn luyện tâm thức cho thuần thục với các pháp tu tích cực thì rồi cũng sẽ có lúc các ảnh hưởng tích cực của sự tu tập trở nên mạnh mẽ đến mức quý vị không thể nào mất đi ảnh hưởng ấy.

Chúng ta thấy là các pháp tu tập Bổn sư Du-già rất quan trọng và hữu ích trong cả bốn truyền thống của Phật giáo Tây Tạng, do đó mà các pháp tu này giữ một vai trò trọng yếu. Quý vị có thể hành trì bất kỳ pháp tu Bổn sư Du-già nào theo với truyền thống cụ thể của mình.

Đến đây là kết thúc bản văn *"Yếu lược các giai đoạn trên đường tu giác ngộ"*. Những dòng kệ tiếp theo sau giải thích lý do vì sao Ngài Tsongkhapa biên soạn tác phẩm, đồng thời hồi hướng công đức của việc làm này.

Ta đã giảng giải bằng lời lẽ dễ hiểu

Toàn bộ đường tu giác ngộ làm chư Phật hoan hỷ

Để chính ta được thuần thục với đường tu ấy

Và cũng để giúp cho những ai có thiện duyên.

Với công đức này, xin nguyện cho tất cả chúng sinh

Chẳng bao giờ bị tách rời khỏi đường tu thanh tịnh và hiền thiện này.

Đây là lời nguyện của bậc đạo sư tôn quý của ta,

Và người cầu tìm giải thoát như ta cũng xin phát nguyện như thế.

----

so overwhelmed by disturbing emotions that they never lose their hold on us, they are always with us. If you make your mind familiar with the positive practices too, a time will come when the positive influence is so strong that you cannot escape it.

In all four Tibetan Buddhist traditions we find guru-yoga practices very important and helpful, so they have a crucial role. You can do whatever guru-yoga practice belongs to your particular tradition.

This completes the Abridged Stages of the Path. The next lines explain the purpose for which Tsongkhapa composed this text and dedicate the virtue of having done so.

I have explained in words easy to understand
The complete path which pleases the Conquerors,
To familiarize myself with it
And also to help others who are fortunate.
Through the virtue created, may all living beings
Never be separated from this pure and good path.
This was the prayer made by my revered and holy teacher,
And I, who seek liberation, make the same prayer.

Nhờ từ tâm của bậc thầy thông tuệ
Mà ta có thể đến được với giáo pháp của bậc Đạo
   sư vô thượng
Do đó, ta hồi hướng công đức này để tất cả chúng
   sinh
Đều được chăm nom bởi các bậc thiện tri thức
   xuất chúng.
Nguyện cho ta và tất cả chúng sinh
Được tái sinh thành đại đệ tử
Của thầy ta là Losang Drakpa
Tại Cõi Hoan Hỷ hay Cực Lạc
Hay bất kỳ cõi tịnh độ nào mà Ngài đang ngự trị.
Trước hết, hãy rộng đường tìm kiếm
Để được nghe thật nhiều giáo pháp
Sau đó, xem toàn bộ kinh văn truyền thừa
Như lời khuyên dạy trực tiếp của vị thầy.
Cuối cùng thì ngày đêm không ngừng tu tập,
Và hồi hướng tất cả cho sự hưng thịnh của Chánh
   pháp.

Bài giảng của đức Đạt-lai Lạt-ma XIV tại Thekchen Choling, Dharamsala, mùa xuân năm 1993, ngài Geshe Lobsang Jorden dịch sang Anh ngữ và Jeremy Russell hiệu đính. Phần Chánh văn của ngài Tsongkhapa do Ruth Sonam dịch sang Anh ngữ và giữ bản quyền. Việc sử dụng phải được sự đồng ý của dịch giả.

Nguồn: CHÖ YANG - The Voice of Tibetan Religion & Culture No.7. Biên tập: Pedron Yeshi & Jeremy Russell.

It is through the spiritual mentor's kindness
That one encounters the teaching of the unsurpassable teacher.
I, therefore, dedicate this virtue so that all living beings
May be cared for by excellent spiritual friends.
May I and others be reborn as the main followers
Of my spiritual teacher Losang Drakpa
In the Joyous Land or the Land of Bliss
Or in whatever pure realm in which he dwells.
First seek extensively to hear many teachings,
Then view the whole textual tradition as personal advice,
Finally practise continually, day and night,
And dedicate it all to the flourishing of the teachings.

His Holiness's explanation, which was given at Thekchen Choling, Dharamsala in the Spring 1993, was translated by Geshe Lobsang Jorden and edited by Jeremy Russell. Tsongkhapa's root text was translated by Ruth Sonam, who retains the copyright; it cannot be reproduced without the translator's permission.

From **CHÖ YANG** - The Voice of Tibetan Religion & Culture No.7. Editors: Pedron Yeshi & Jeremy Russell.

*Bản dịch tiếng Việt được thực hiện
với sự cho phép bằng văn bản của ngài
Rajiv Mehrotra, thay mặt cho Tổ chức The
Foundation for Universal Responsibility of
His Holiness The Dalai Lama tại Ấn Độ.*

PHỤ LỤC:
CÁC BẢN DỊCH ANH NGỮ KHÁC
CỦA PHẦN CHÁNH VĂN

1. Bản dịch của Sherpa Tulku, Khamlung Tulku, Alexander Berzin và Jonathan Landaw (1973, LTWA, Dharamsala)

The Concise LamRim

1. I prostrate before you, (Buddha), head of the Shakya clan. Your enlightened body is born out of tens of millions of positive virtues and perfect accomplishments; your enlightened speech grants the wishes of limitless beings; your enlightened mind sees all knowables as they are.

2. I prostrate before you Maitreya and Manjushri, supreme spiritual children of this peerless teacher. Assuming responsibility (to further) all Buddha's enlightened deeds, you sport emanations to countless worlds.

3. I prostrate before your feet, Nagarjuna and Asanga, ornaments of our Southern Continent.

Highly famed throughout the three realms, you have commented on the most difficult to fathom "Mother of the Buddhas" (Perfection of Wisdom Sutras) according to exactly what was intended.

4. I bow to Dipamkara (Atisha), holder of a treasure of instructions (as seen in your Lamp for the Path to Enlightenment). All the complete, unmistaken points concerning the paths of profound view and vast action, transmitted intact from these two great forerunners, can be included within it.

5. Respectfully, I prostrate before my spiritual masters. You are the eyes allowing us to behold all the infinite scriptural pronouncements, the best ford for those of good fortune to cross to liberation. You make everything clear through your skillful deeds, which are moved by intense loving concern.

6. The stages of the path to enlightenment have been transmitted intact by those who have followed in order both from Nagarjuna and Asanga, those crowning jewels of all erudite masters of our Southern Continent and the banner of whose fame stands out above the masses. As (following these stages) can fulfill every desirable aim of all nine kinds of being, they are a power-granting king of precious instruction. Because they collect the streams of thousands of excellent classics, they are indeed an ocean of illustrious, correct explanation.

7. These teachings make it easy to understand how there is nothing contradictory in all the Buddha's teachings and make every scriptural pronouncement without exception dawn on your mind as a personal instruction. They make it easy to discover what the Buddha intended and protect you as well from the abyss of the great error. Because of these (four benefits), what discriminating person among the erudite masters of India and Tibet would not have his or her mind be completely enraptured by these stages of the path (arranged) according to the three levels of motivation, the supreme instruction to which many fortunate ones have devoted themselves?

8. Although (there is much merit to be gained from) reciting or hearing even once this manner of text (written by Atisha) that includes the essential points of all scriptural pronouncements, you are certain to amass even greater waves of beneficial collections from actually teaching and studying the sacred Dharma (contained therein). Therefore, you should consider the points (for doing this properly).

9. (Having taken refuge,) you should see that the root cause excellently propitious for as great a mass of good fortune as possible for this and future lives is proper devotion in thought and action to your sublime teacher who shows you the path

(to enlightenment). Thus you should please your teacher by offering your practice of exactly what he or she says, which you would not forsake even at the cost of your life. I, the yogi, have practiced just that. You who also seek liberation, please cultivate yourself in the same way.

10. This human existence with its (eight) liberties is much more precious than a wish-granting jewel. Obtained just this once, difficult to acquire and easily lost, (it passes in a flash) like lightning in the sky. Considering how (easily this can happen at any time) and realizing that all worldly activities are as (immaterial as) chaff, you must try to extract its essence at all times, day and night. I, the yogi, have practiced just that. You who also seek liberation, please cultivate yourself in the same way.

11. After death, there is no guarantee that you will not be reborn in one of the three unfortunate realms. Nevertheless, it is certain that the Three Jewels of Refuge have the power to protect you from their terrors. For this reason, your taking of refuge should be extremely solid and you should follow its advice without ever letting (your commitments) weaken. Moreover, (your success in) so doing depends on your considering thoroughly which are the black or the white karmic actions together with their results and then living according to the guides

of what is to be adopted or rejected. I, the yogi, have practiced just that. You who also seek liberation, please cultivate yourself in the same way.

12. The fullest strides (of progress) in actualizing the supreme paths will not come about unless you have attained the working basis (of an ideal human body) that is complete with (all eight ripened favorable) qualities. Therefore, you must train in the causal (virtuous actions) that will preclude (your attainment of such a form) from being incomplete. (Furthermore) as it is extremely essential to cleanse away the stains of black karmic debts and downfalls (from broken vows) tarnishing the three gateways (of your body, speech and mind), and especially (to remove) your karmic obstacles (which would prevent such a rebirth), you should cherish continually devoting yourself to (applying) the complete set of four opponent powers (which can purge you of them). I, the yogi, have practiced just that. You who also seek liberation, please cultivate yourself in the same way.

13. If you do not make an effort to think about true sufferings and their drawbacks, you will not properly develop a keen interest to work for liberation. If you do not consider the stages whereby (true) origins of all suffering place and keep you in cyclic existence, you will not know the means for cutting the root

of this vicious circle. Therefore, you should cherish exuding total disgust and renunciation of such existence by knowing which factors bind you to its wheel. I, the yogi, have practiced just that. You who also seek liberation, please cultivate yourself in the same way.

14. Ever-enhancing your enlightened motive of bodhicitta is the central axle of the Mahayana path. It is the basis and foundation for great waves of (enlightening) conduct. Like a gold-making elixir, (it turns) everything (you do) into the two collections, (building up) a treasure of merit gathered from infinitely collected virtues. Knowing this, bodhisattvas hold this supreme precious mind as their innermost practice. I, the yogi, have practiced just that. You who also seek liberation, please cultivate yourself in the same way.

15. Generosity is the wish-granting jewel with which you can fulfill the hopes of sentient beings. It is the best weapon for cutting the knot of miserliness. It is the (altruistic) conduct that enhances your self-confidence and undaunted courage. It is the basis for your good reputation to be proclaimed in the ten directions. Knowing this, the wise have devoted themselves to the excellent path of completely giving away their body, belongings and merit. I, the yogi, have practiced just that. You who also seek liberation, please cultivate yourself in the same way.

16. Ethical discipline is the water that washes away the stains of faulty actions. It is the ray of moonlight that cools the scorching heat of the defilements. (It makes you) radiant like a Mount Meru in the midst of the nine kinds of being. By its power, you are able to bend all beings (to your good influence) without (recourse to) mesmerizing glares. Knowing this, the holy ones have safeguarded, as they would their eyes, the precepts that they have accepted (to keep) purely. I, the yogi, have practiced just that. You who also seek liberation, please cultivate yourself in the same way.

17. Patience is the best adornment for those with power and the perfect ascetic practice for those tormented by delusions. It is the high-soaring eagle as the enemy of the snake of anger, and the thickest armor against the weapons of abusive language. Knowing this, (the wise) have accustomed themselves in various ways and forms to the armor of supreme patience. I, the yogi, have practiced just that. You who also seek liberation, please cultivate yourself in the same way.

18. Once you wear the armor of resolute and irreversible joyous effort, your expertise in the scriptures and insights will increase like the waxing moon. You will make all your actions meaningful (for attaining enlightenment) and will bring whatever you undertake to its intended conclusion. Knowing

this, the bodhisattvas have exerted great waves of joyous effort, washing away all laziness. I, the yogi, have practiced just that. You who also seek liberation, please cultivate yourself in the same way.

19. Meditative concentration is the king wielding power over the mind. If you fix it (on one point), it remains there, immovable like a mighty Mount Meru. If you apply it, it can engage fully with any virtuous object. It leads to the great exhilarating bliss of your body and mind being made serviceable. Knowing this, yogis who are proficient have devoted themselves continuously to single-pointed concentration, which overcomes the enemy of mental wandering. I, the yogi, have practiced just that. You who also seek liberation, please cultivate yourself in the same way.

20. Profound wisdom is the eye with which to behold profound emptiness and the path by which to uproot (fundamental ignorance), the source of cyclic existence. It is the treasure of genius praised in all the scriptural pronouncements and is renowned as the supreme lamp that eliminates the darkness of closed-mindedness. Knowing this, the wise who have wished for liberation have advanced themselves along this path with every effort. I, the yogi, have practiced just that. You who also seek liberation, please cultivate yourself in the same way.

21. In (a state of) merely single-pointed meditative concentration, you do not have the insight (that gives you) the ability to cut the root of cyclic existence. Moreover, devoid of a path of calm abiding, wisdom (by itself) cannot turn back the delusions, no matter how much you analyze them. Therefore, on the horse of unwavering calm abiding, (masters) have mounted the discriminating wisdom that is totally decisive about how things exist [or, the wisdom penetrating the depths of the ultimate mode of being]. Then, with the sharp weapon of Middle Path reasoning, devoid of extremes, they have used wide-ranging discriminating wisdom to analyze properly and destroy all underlying supports for their (cognitions) aimed at grasping for extremes. In this way, they have expanded their intelligence that has realized emptiness. I, the yogi, have practiced just that. You who also seek liberation, please cultivate yourself in the same way.

22. Once you have achieved single-pointed concentration through accustoming yourself to single-pointedness of mind, your examination then of individual phenomena with the proper analysis should itself enhance your single-minded concentration settled extremely firmly, without any wavering, on the actual way in which all things exist. Seeing this, the zealous have marveled at the attainment of the union of calm abiding and

penetrative insight. Is there need to mention that you should pray (to attain it as well)? I, the yogi, have practiced just that. You who also seek liberation, please cultivate yourself in the same way.

23. (Having achieved such a union) you should meditate both on space-like emptiness while completely absorbed (in your meditation sessions) and on illusion-like emptiness when you subsequently arise. By doing this, you will, through your union of method and awareness, become praised as someone perfecting the bodhisattva's conduct. Realizing this, those with the great good fortune (to have attained enlightenment) have made it their custom never to be content with merely partial paths. I, the yogi, have practiced just that. You who also seek liberation, please cultivate yourself in the same way.

24. (Renunciation, an enlightened motive and correct view of emptiness) are necessary in common for (achieving) supreme paths through either of the two Mahayana vehicles of (practicing) causes (for enlightenment) or (simulating now) the results (you will achieve). Therefore, once you have properly developed like this these (three principal) paths, you should rely on the skillful captain (of a fully qualified tantric master) as your protector, and set out (on this latter, speedier vehicle) across the

vast ocean of the (four) classes of tantra. Those who have (done so and) devoted themselves to his or her guideline instructions have made their attainment of (a human body with all) liberties and endowments fully meaningful (by attaining enlightenment in their very lives). I, the yogi, have practiced just that. You who also seek liberation, please cultivate yourself in the same way.

25. In order to accustom this to my own mind and also to benefit others as well who have the good fortune (to meet a true guru and be able to practice what he or she teaches), I have explained here in easily understandable words the complete path that pleases the buddhas. I pray that the merit from this may cause all sentient beings never to be parted from these pure and excellent paths. I, the yogi, have practiced just that. You who also seek liberation, please cultivate yourself in the same way.

COLOPHON

This concludes the Abbreviated Points of the Graded Path to Enlightenment, compiled in brief so that they might not be forgotten. It has been written at Ganden Nampar Gyelwa's Monastery on Drog Riwoche Mountain, Tibet, by the Buddhist monk Losang Dragpa, a meditator who has heard many teachings.

Translated by Sherpa Tulku, Khamlung Tulku, Alexander Berzin and Jonathan Landaw, 1973, © LTWA, Dharamsala. This is essentially the translation that was used when His Holiness the Dalai Lama gave commentary on this text (chronicled in Illuminating the Path to Enlightenment), slightly modified with reference to Dr. Berzin's revised translation on www.berzinarchives.com.

2. Bản dịch của ngài Geshé Thupten Jinpa (2004 - revised 2007)

SONGS OF SPIRITUAL EXPERIENCE

Condensed Points of the Stages of the Path - Je Tsongkhapa - Tibetan title: *Lam rim nyams mgur*

1. *Your body is created from a billion perfect factors of goodness;*
Your speech satisfies the yearnings of countless sentient beings;
Your mind perceives all objects of knowledge exactly as they are -
I bow my head to you O chief of the Shakya clan.
2. *You're the most excellent sons of such peerless teacher;*

You carry the burden of the enlightened activities of all conquerors,
And in countless realms you engage in ecstatic display of emanations -
I pay homage to you O Maitreya and Manjushri.
3. So difficult to fathom is the mother of all conquerors,
You who unravel its contents as it is are the jewels of the world;
You're hailed with great fame in all three spheres of the world -
I pay homage to you O Nagarjuna and Asanga.
4. Stemming from these two great charioteers with excellence
Are the two paths of the profound view and the vast conduct;
You're the custodian of the treasury of instructions encompassing all essential points
Of these paths without error, I pay homage to you O Dipamkara.
5. You are the eyes to see all the myriad collections of scriptures;
To the fortunate ones traveling to freedom you illuminate the excellent path,
You do this through skillful deeds stirred forth by compassion.
I pay respectful homage to you O all my spiritual mentors.

6. *You're the crowning jewels among all the learned ones of this world;*
Your banners of fame flutter vibrantly amongst the sentient beings;
O Nagarjuna and Asanga from you flow in an excellent steady stream
This [instruction on the] stages of the path to enlightenment.
7. *Since it fulfills all the wishes of beings without exception,*
It is the king of kings among all quintessential instructions;
Since it gathers into it thousands of excellent rivers of treatises,
It's as well the ocean of most glorious well-uttered insights.
8. *It helps to recognize all teachings to be free of contradictions;*
It helps the dawning of all scriptures as pith instructions;
It helps to find easily the enlightened intention of the conquerors;
It helps also to guard against the abyss of grave negative deeds.
9. *Therefore this most excellent instruction that is sought after*
By numerous fortunate ones like the learned ones of India and Tibet,

This [instruction of the] stages of the path of persons of three capacities,
What intelligent person is there whose mind is not captured by it?
10. *This concise instruction distilling the essence of all scriptures,*
Even through reciting it or listening to it only once,
The benefits of teaching the dharma, listening to it, and so on,
Since such waves of merit are bound to be gathered contemplate its meaning.
11. *Then, the root of creating well the auspicious conditions*
For all the excellences of this and future lives
Is to rely properly with effort both in thought and action
Upon the sublime spiritual mentor who reveals the path.
12. *Seeing this we should never forsake him even at the cost of life*
And please him with the offering of implementing his words.
I, a yogi, have practiced in this manner;
You, who aspire for liberation, too should do likewise.
13. *This life of leisure is even more precious than a wish-granting jewel;*

That I have found such an existence is only this once;
So hard to find yet like a flash of lightning it is easy to vanish;
Contemplating this situation it's vital to realize that all mundane pursuits
14. *Are like the empty grain husks floating in the winds*
And that we must extract the essence of human existence.
I, a yogi, have practiced in this manner;
You, who aspire for liberation, too should do likewise.
15. *There is no certainty that after death we may not be born in the lower realms;*
The protection from such terror lies in the Three Jewels alone;
So we must make firm the practice of going for refuge
And ensure that its precepts are never undermined.
16. *This in turn depends on contemplating well the white and black karma*
And their effects, and on perfect observance of the ethical norms.
I, a yogi, have practiced in this manner;
You, who aspire for liberation, too should do likewise.

17. *Until we've obtained the most qualified form
to pursue the excellent path
We will fail to make great strides in our journey,
So we must strive in all the conditions without
exception of such a form;
Thus these three doors of ours so sullied with evil
karma and downfalls,*

18. *Since it is especially essential to purify their
karmic defilements,
We must ensure to cherish the constant application
all four powers.
I, a yogi, have practiced in this manner;
You, who aspire for liberation, too should do
likewise.*

19. *If we do not strive in contemplating the
defects of the truth of suffering,
The genuine aspiration for liberation does not
arise in us;
If we do not contemplate the causal process of
the origin of suffering,
We will fail to understand how to cut the root of
cyclic existence.*

20. *So it's vital to seek true renunciation of
disenchantment with existence
And to recognize which factors chain us in the
cycle of existence.
I, a yogi, have practiced in this manner;*

You, who aspire for liberation, too should do likewise.

21. *Generating the mind is the central axle of the supreme vehicle path;*

It's the foundation and the support of all expansive deeds;

To all instances of two accumulations it is like the elixir of gold;

It's the treasury of merits containing myriad collections of virtues;

22. *Recognizing these truths the heroic bodhisattvas*

Uphold the precious supreme mind as the heart of their practice.

I, a yogi, have practiced in this manner;

You, who aspire for liberation, too should do likewise.

23. *Giving is the wish-granting jewel that satisfies the wishes of all beings;*

It's the best weapon to cut the constricting knots of miserliness;

It's an undaunted deed of the bodhisattva giving birth to courage;

It's the basis to proclaim one's fame throughout all ten directions;

24. *Knowing this the learned ones seek the excellent path*

Of giving away entirely their body, wealth and virtues.

I, a yogi, have practiced in this manner;
You, who aspire for liberation, too should do likewise.

25. Morality is the water that washes off the stains of ill deeds;
It's the cooling moonlight dispelling the burning agony of afflictions;
In the midst of people it is most majestic like the Mt Meru;
It draws together all beings without any display of force;

26. Knowing this the sublime ones guard as if they would their eyes,
The perfect disciplines which they have chosen to adopt.
I, a yogi, have practiced in this manner;
You, who aspire for liberation, too should do likewise.

27. Forbearance is the supreme ornament for those who have power;
It's the greatest fortitude against the agonies of afflictions;
Against its enemy the snake of hate it is a garuda cruising in the sky;
Against the weapon of harsh words it's the strongest armor;

28. Knowing this we should habituate ourselves with

The armor of excellent forbearance by all possible means.
I, a yogi, have practice in this manner;
You, who aspire for liberation, too should do likewise.
29. *If the armor of unflinching perseverance is worn,*
Knowledge of scripture and realization increases like waxing moon;
All conducts become fused with good purpose;
And whatever initiatives we may begin succeeds as hoped for;
30. *Knowing this the bodhisattvas apply great waves of effort,*
Which help to dispel all forms of laziness.
I, a yogi, have practiced in this manner;
You, who aspire for liberation, too should do likewise.
31. *Concentration is the king that reigns over the mind;*
When left it is as unwavering as the king of mountains;
When set forth it engages with all objects of virtue;
It induces the great bliss of a serviceable body and mind;
32. *Knowing this the great accomplished yogis*
Constantly apply meditations destroying the enemy of distraction.

I, a yogi, have practiced in this manner;
You, who aspire for liberation, too should do likewise.
33. Wisdom is the eye that sees the profound suchness;
It's the path eradicating cyclic existence from its very root;
It's a treasury of higher qualities that are praised in all scriptures;
It's known as the supreme lamp dispelling the darkness of delusion;
34. Knowing this the learned ones who aspire for liberation
Endeavor with multiple efforts to cultivate this path.
I, a yogi, have practiced in this manner;
You, who aspire for liberation, too should do likewise.
35. In a mere one-pointed concentration I fail to see
The potency to cut the root of cyclic existence;
Yet with wisdom devoid of the path of tranquil abiding,
No matter how much one may probe, the afflictions will not be overcome.
36. So this wisdom decisively penetrating the true mode of being,
The learned ones saddle it astride the horse of unwavering calm abiding;

And with the sharp weapon of reasoning of the Middle Way free of extremes,
They dismantle all locus of objectification of the mind grasping at extremes;
37. With such expansive wisdom that probes with precision,
The learned ones enhance the wisdom realizing the suchness.
I, a yogi, have practiced in this manner;
You, who aspire for liberation, too should do likewise.
38. What need is there say that through one-pointed cultivation
Absorption is realized? Through discriminative awareness
Probing with precision as well one can abide unwavering
And utterly stable upon the true mode of being.
39. Wondrous are those who see this
And strive for the union of abiding and insight.
I, a yogi, have practiced in this manner;
You, who aspire for liberation, too should do likewise.
40. The space-like emptiness of meditative equipoise,
And the illusion-like emptiness of the subsequent realizations,
Praised are those who cultivate them and bind together

The method and wisdom and travel beyond the
bodhisattva deeds.
41. It's the way of the fortunate ones
To realize this and not to be content with partial
paths;
I, a yogi, have practiced in this manner;
You, who aspire for liberation, too should do
likewise.
42. Thus having cultivated as they are the
common paths
Essential for the two supreme paths of causal and
resultant great vehicles,
I have entered the great ocean of tantras
By relying upon the leadership of the learned
navigators;
43. And through application of the quintessential
instructions,
I have made meaningful human existence that I
have obtained.
I, a yogi, have practiced in this manner;
You, who aspire for liberation, too should do
likewise.
44. In order to make familiar to my own mind,
And to help benefit fortunate others as well,
I've explained here in words easy to understand
In its entirety the path that pleases the conquerors.
45. "Through this virtue may all beings be never
divorced

From the perfectly pure excellent path" thus I pray;
I, a yogi, have made aspirations in this manner;
You, who aspire for liberation, too should pray likewise.

This brief presentation of the practices of the stages of the path to enlightenment written in the format of a memorandum was composed by the well-read monk, the renunciate Lobsang Drakpa at the great mountain retreat of Geden Nampar Gyalwai Ling.

© English translation. Geshé Thupten Jinpa, 2004; revised 2007.

MỤC LỤC

Lời thưa

Trong kinh Pháp Cú, đức Phật dạy rằng: "Pháp thí thắng mọi thí." Thực hành Pháp thí là chia sẻ, truyền rộng lời Phật dạy đến với mọi người. Mỗi người Phật tử đều có thể tùy theo khả năng để thực hành Pháp thí bằng những cách thức như sau:

1. Cố gắng học hiểu và thực hành những lời Phật dạy. Tự mình học hiểu càng sâu rộng thì việc chia sẻ, bố thí Pháp càng có hiệu quả lớn lao hơn. Nên nhớ rằng **việc đọc sách còn quan trọng hơn cả việc mua sách.**

2. Phải trân quý kinh điển, sách vở in ấn lời Phật dạy. Khi có điều kiện thì mua, thỉnh về nhà để tự mình và người trong gia đình đều có điều kiện học hỏi làm theo. Không nên giữ làm của riêng mà phải sẵn lòng chia sẻ, truyền rộng, khuyến khích nhiều người khác cùng đọc và học theo. Không nên để kinh sách nằm yên đóng bụi trên kệ sách, vì **kinh sách không có người đọc thì không thể mang lại lợi ích.**

3. Tùy theo khả năng mà đóng góp tài vật, công sức để hỗ trợ cho những người làm công việc biên soạn, dịch thuật, in ấn, lưu hành kinh sách, **để ngày càng có thêm nhiều kinh sách quý được in ấn, lưu hành.**

Thông thường, việc chi tiêu một số tiền nhỏ không thể mang lại lợi ích lớn, nhưng nếu sử dụng vào việc giúp lưu hành kinh sách thì lợi ích sẽ lớn lao không thể suy lường. Đó là vì đã giúp cho nhiều người có thể hiểu và làm theo lời Phật dạy. Mong sao quý Phật tử khắp nơi đều lưu tâm đóng góp sức mình vào những việc như trên.

TINH YẾU THỰC HÀNH PHÁP THÍ

- Mua thỉnh kinh sách về đọc, tự mình sẽ được rất nhiều lợi ích.

- Chia sẻ, truyền rộng bằng cách cho mượn, biếu tặng kinh sách đến nhiều người thì lợi ích ấy càng tăng thêm gấp nhiều lần.

- Đóng góp công sức, tài vật để hỗ trợ công việc biên soạn, dịch thuật, in ấn, lưu hành kinh sách thì công đức lớn lao không thể suy lường, vì có vô số người sẽ được lợi ích từ việc lưu hành kinh sách.